கார்த்திகைப் பாண்டியன்

1981ஆம் வருடம் மதுரையில் பிறந்த கார்த்திகைப் பாண்டியன் பொறியியலில் முனைவர் பட்டம் பெற்றவர். தற்போது பெங்களூரில் தனியார் பொறியியல் கல்லூரியொன்றில் பேராசிரியராகப் பணிபுரிகிறார். எஸ்.ராமகிருஷ்ணனை தனது ஆதர்ஷமாகக் கொண்டவர். சிறுகதைகள் எழுதுவதோடு மொழிபெயர்ப்பிலும் தீவிர ஆர்வம் செலுத்தி வருகிறார். நல்லதொரு இலக்கிய வாசகனாக அடையாளம் காணப்படுவதே தனக்குத் திருப்தியளிப்பதாகச் சொல்கிறார்.

இதுவரை வெளியாகியுள்ள படைப்புகள்.

சிறுகதைகள்
மர நிறப் பட்டாம்பூச்சிகள்

மொழிபெயர்ப்புகள்
எருது (உலகச் சிறுகதைகள்–1)
சுல்தானின் பீரங்கி (உலகச் சிறுகதைகள்–2)
ஒரு முகமூடியின் ஒப்புதல் வாக்குமூலம் – யுகியோ மிஷிமா (நாவல்)
நரகத்தில் ஒரு பருவகாலம்– ஆர்தர் ரைம்போ(கவிதைகள்)
துண்டிக்கப்பட்ட தலையின் கதை (உலகச் சிறுகதைகள்–3)
கற்பனையான உயிரிகளின் புத்தகம் – ஹோர்ஹே லூயிஸ் போர்ஹெஸ்
காஃப்கா – கடற்கரையில் – ஹருகி முரகாமி (நாவல்)

தொடர்புக்கு: 98421 71138
மின்னஞ்சல்: karthickpandian@gmail.com

ஈராக்கின் கிறிஸ்து

உலகச் சிறுகதைகள்

தொகுப்பும் மொழியாக்கமும்

கார்த்திகைப் பாண்டியன்

எதிர்
வெளியீடு

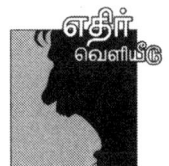

ஈராக்கின் கிறிஸ்து
உலகச் சிறுகதைகள்
தொகுப்பும் மொழியாக்கமும்: கார்த்திகைப் பாண்டியன்

முதல் பதிப்பு: ஜனவரி 2023

எதிர் வெளியீடு,
96, நியூ ஸ்கீம் ரோடு, பொள்ளாச்சி – 642 002
தொலைபேசி: 04259 – 226012, 99425 11302

விலை: ரூ. 250

Iraqin Christhu
Ulaka Sirukathaikal

Compiled and Translated by: Karthigai Pandian
First Edition: January 2023

Published by
Ethir Veliyeedu, 96, New Scheme Road. Pollachi – 2
email: ethirveliyedu@gmail.com
www.ethirveliyeedu.com

ISBN: 978-93-90811-73-1
Cover Design: Santhosh Narayanan
Printed at Jothy Enterprises, Chennai.

All rights reserved. No part of this book may be reprinted or reproduced or utilised in any form or by any electronic, mechanical or other means, now known or hereafter invented, including Photocopying and recording, or in any information storage or retrieval system, without permission in writing from the Publisher.

பொருளடக்கம்

- **நாற்பத்தியோரு ஸ்தூபிகள்** 07
  அலி எல்–மாக்
- **விசாரணை** 19
  முகம்மத் அல்–ஷாரிக்
- **அயல் விவசாயி** 45
  'அப்த் அல்–ஹமீத் அஹ்மத்
- **நொண்டிக்குத் திருமணம் நடக்கிறது** 57
  அஹமத் பூஸ்ஃபூர்
- **அவரும் அலாரம் கடிகாரமும்** 73
  சமீரா அஸ்ஸாம்
- **பத்தாவது நாளில் புலிகள்** 87
  சக்காரியா தாமிர்
- **நள்ளிரவுக்குப் பிறகான சில கணங்கள்** 95
  ஹிஷாம் பஸ்தானி
- **காளைச்சண்டை வீரன்** 103
  மாசேன் மாரூஃப்
- **ஈராக்கின் கிறிஸ்து** 113
  ஹசன் ப்ளாஸிம்
- **புகைப்படம்** 125
  லைலா அல்–ஓத்மன்
- **அறை எண் 12** 137
  நகீப் மெஹ்ஃபூஸ்
- **என் கனவுகளின் பெண்** 157
  ஃபாதிலா அல்–ஃபாரூக்

பின்னுரை 163

நன்றி

மனுஷ்யபுத்திரன் - உயிர்மை அச்சிதழ்
கொள்ளு நதீம்

அலி எல்-மாக் (Ali al-Makk) (1937 – 1992)

சூடானைச் சேர்ந்த சிறுகதை எழுத்தாளர், கவிஞர், மொழிபெயர்ப்பாளர் மற்றும் இலக்கிய விமர்சகர். கார்தூம் மாநிலத்தின் ஓம்துர்மான் எனும் நகரில் பிறந்தார். சூடானின் கார்தூம் பல்கலைக்கழகத்தில் இளநிலைக் கல்வியும் அமெரிக்காவின் தெற்கு கலிஃபோர்னியா பல்கலைக்கழகத்தில் முதுநிலைக் கல்வியும் பயின்றார். படிப்பை முடித்து நாடு திரும்பிய பிறகு பத்திரிகைகள் மற்றும் திரைப்படங்கள் சார்ந்த அரசு பணிகளில் தன்னை ஈடுபடுத்திக் கொண்டார். உலகம் முழுதும் நடைபெறக்கூடிய கருத்தரங்குகள் மற்றும் இலக்கியத் திருவிழாக்களில் சூடானின் பிரதிநிதியாகக் கலந்து கொண்டிருக்கிறார். எண்ணற்ற உலக இலக்கியங்களை ஆங்கிலத்தில் இருந்து அரபிக்கு மொழிபெயர்த்திருக்கிறார். அவருடைய படைப்புகளுக்கு இணையாக மொழிபெயர்ப்புகளுக்காகவும் சூடானின் முக்கிய இலக்கிய ஆளுமையாகக் கொண்டாடப்படுகிறார் அலி எல்-மாக்.

நாற்பத்தியோரு ஸ்தூபிகள்

இருவேறு தனித்த நாற்றங்களுக்குள் புழுங்கிக் கொண்டிருந்தது மருத்துவமனை: சாக்கடையின் நாற்றமும் மரணத்தின் நாற்றமும். பின்னதோடு உங்களுக்கு அத்தனை பரிச்சயம் இல்லாதிருக்கலாம், ஆனால் அவன் அம்மாவின் தலைக்கு மேல் வட்டமிட்டுக் கொண்டிருந்ததால், அவனால் அதை எளிதில் இனங்காண முடிந்தது. அவனுடைய புரிதல் என்னவாக இருந்ததென்றால் மரணமென்பது - ஏமாற்றி மயக்கும் அதன் இயல்புக்கேற்ப - ராப்பொழுதின் இருளுக்குள்தான் யாரையும் தாக்கும், ஆனால் அவன் அம்மா மத்தியான நேரத்தில் மரணமெய்திட அதுவும் பொய்த்துப் போனது.

ஏதும் செய்ய மாட்டாதவனாக அவளுடைய படுக்கையினருகே நின்றபடி, அவளுக்கு ஒரு இதயத்தை, ஒரு சிறுநீரகத்தை, ஒரு கண்ணை, அல்லது தன் ஆன்மாவின் ஒரு பகுதியைத் தந்துதவ அவன் விரும்பினான் - அவள் பிழைத்திருக்க உதவும் எந்த உறுப்பையும்.

காலைப்பொழுதில், உள்ளிருந்து உறுத்திய வாறிருக்கும் ஒரு வலியை அவன் உணர்ந்தான். அதாவது, வலி என்கிற வார்த்தை தரும் வெளிப்படையான அர்த்தத்தில் இல்லை, ஆனால் ஒரு மாதிரியான மெல்லிய பதற்றத்தை.

"ஒருவேளை இன்று என் அம்மா இறந்து போனால்?"

"அனைவரும் என்றாவது ஒரு நாள் இறந்துதானாக வேண்டும்," தன்னைத்தானே தேற்றிக் கொள்ள அவன் முயற்சி செய்தான். மற்றவர்களை ஆற்றுப்படுத்துவதற்கென அவன் பயன்படுத்தும் பிரத்தியேகமான வாக்கியம் இது. ஆனால் அதுவே அவன் அம்மா எனும்போது, எந்தவொரு ஆறுதலான வார்த்தைகளாலும் அவனைத் தேற்ற முடியவில்லை.

அது பனிக்காலம், சாகலாம் எனுமளவிற்கு அவன் அஞ்சியதொரு பருவகாலம் அனேகமாக, பனியும் இருட்டும் நிறைந்த ராப்பொழுதுகளின் பொருட்டு-அல்லது அனேகமாக அதே பருவகாலத்தில்தான் அவன் அப்பா திடீரென்று இறந்தாரென்பதால் கூட. உறங்கும்போதும் அவன் தொலைபேசியை தனது தலைக்கு நெருக்கமாக வைத்துக் கொண்டான், மருத்துவமனையில் இருந்து அழைப்பு வந்து கிறீச்சிடும் ஒரு குரல் அவனுடைய காதுகளுக்குள் அலறுவதை எதிர்பார்த்தபடி: "அவள் செத்து விட்டாள்! அவள் போய் விட்டாள்!" ஆனால் ஏன் அவள் சாக வேண்டும்? இதுதானே இருப்பதிலேயே மிகச்சிறந்த, தூய்மையான மருத்துவமனை? ஆகச்சிறந்த வசதிகளைக் கொண்டிருப்பதல்லவா இது, ஆங்கிலச் செவிலிகள் இங்கு பணிபுரிகிறார்கள்தானே? ஆனால் ஓர் ஆங்கிலச் செவிலியால் மரணத்தைத் தவிர்க்கவியலுமா, அல்லது குறைந்தபட்சம் அதை ஒத்திப் போட முடியுமா?

"இன்று அவள் எப்படி இருக்கிறாள், சிஸ்டர் ஆலிஸ்?"

சிஸ்டர் ஆலிஸ் உணர்வற்றதொரு முகத்தைக் கொண்டிருந்தாள். "எங்களால் இயன்ற அனைத்தையும் நாங்கள் செய்து வருகிறோம்." அதற்கு என்ன அர்த்தம் இருக்கக்கூடும்? தனது கண்களை அவன் அம்மாவின் புறமாகத் திருப்பினான். அவளுடைய முகத்தையும் நிறத்தையும் அவன் நேசித்தான். கறுப்பும் கிடையாது வெள்ளையும் கிடையாது, மாறாக அவளொரு சூடானிய நிறத்தைக் கொண்டிருந்தாள், தன்னளவில் ஒருபோதும் அவள் பள்ளிக்குச் சென்றதில்லை என்றபோதும், தனது மகனுக்கு மிகச்சிறந்த கல்வி கிடைக்க வேண்டுமென்று அவள் விரும்பினாள், ஆக எலும்புகளைச் சரி செய்வதோடு நோய்களையும் குணப்படுத்தும் ஒரு மருத்துவராக அவன் ஆவான். ஆனால் அது நிகழ்வதற்கான எந்தச் சாத்தியமுமில்லை, ஏனென்றால் வெறுமனே அவளது அந்தக் கனவை அவனும் பகிர்ந்து கொண்டானில்லை.

இதோ அவன் இங்கிருக்கிறான், அவளுடைய படுக்கைக்கு அருகில் நின்றபடி. ஒரு வெண்ணிறப் போர்வையால் அவள் சுற்றப்பட்டிருக்கிறாள். இவ்வளவு மோசமாகத் தளர்வுற்ற நிலையை யாரும் வந்தடைய முடியுமா? "நமக்கென்று ஓர் அற்புதம்தான் நிகழ வேண்டும், திரு…" என்றாள் சிஸ்டர் ஆலிஸ். "டாக்டர் ஹுசைன் தனது சக்திக்குட்பட்ட அனைத்தையும் செய்து விட்டார், ஆனால்…"

ஆனால் என்ன? அவளுக்கு பலமாக மூச்சிறைத்தது. அவளது சூடானிய உடல் வீங்கிப் போயிருக்க, முதுகு முழுக்க படுக்கைப்புண்களால் நிறைந்திருந்தது. அவளுடைய கண்கள் மூடியிருந்தன, கடந்த ஏழு நாட்களாக இதுவரைக்கும் அவள் ஒரு வார்த்தை கூட பேசியிருக்கவில்லை.

"இதைத்தான் நீங்கள் கோமா என்றழைப்பீர்களா, சிஸ்டர் ஆலிஸ்?" அவன் பதற்றமாகக் கேட்டான். ஒருவேளை அவன் மருத்துவர் ஆகியிருந்தால், அவனுக்குத் தெரிந்திருக்கு மென்பதோடு அதைப் பற்றி கேட்கும் தேவையும் இருந்திருக்காது. முற்றிலும் வேறொரு நிலையில் அவன் இருந்திருப்பான். ஆடம்பர மகிழுந்து, வீடு, குடும்பம், பணம் - பெரிதாக எந்தப் பிரயத்தனமும் செய்யாமல்.

"ஆனால் எதற்காக நான் திருமணம் செய்து பிள்ளைகளைப் பெற்றுக் கொள்ள வேண்டும்? மனிதகுலம் நசிந்து போகாமல் காப்பதும் எனது கடமைகளில் ஒன்றா என்ன?" தனக்குத்தானே அவன் சொல்லிக் கொண்டான்.

வடப்புறக் கதவின் வழியே குளிர்ச்சியான காற்று வீசிக் கொண்டிருந்தது. அவனுக்குத் தொடர்ச்சியாக இருமல் வந்தது, மேலும் அவனுடைய புரிதலுக்கு அப்பாற்பட்ட ஏதோவொரு காரணத்தால், தான் வாந்தியெடுக்கப் போவதாக அவன் உணர்ந்தான்.

"வெளியே செல்லுங்கள். யாரும் இங்கிருப்பதை நாங்கள் விரும்பவில்லை." காவல்காரன் உள்ளே வந்தான், ஆணையிடும் படியான அவனது தொனி அவனுக்கு முன்னால் வந்தது. ஆனால் ஏன்? அவன் அமைதியாகக் கேட்டான். "இவையெல்லாம் மருத்துவமனை நிர்வாகியின் ஆணைகள். நீ இங்கிருப்பதை அவர் பார்த்தால் எனக்கு வேலை போய் விடும்." அது அர்த்தமுடையதாகவும் நம்பக்கூடியதாகவும்

ஒலித்தது. இன்னுமதிக வேலையில்லா மனிதர்களைத் தாங்க பூமிக்குச் சாத்தியப்படாது.

காவல்காரனின் கடுமையான ஆணைகள் செவிடர்களின் காதில் போய் விழுந்ததாகத் தோன்றியது. யாரும் ஒரு அங்குலம் கூட நகரவில்லை. அது எதிர்ப்பின் அடையாளமோ? ஒரு சில பியாஸ்டர்கள்[1] அந்தக் காவல்காரனை வேறு பக்கம் பார்க்க வைக்குமென்று அவர்கள் நம்பியதால் இருக்குமோ? ஒரு சிறிய தொகை பணத்துக்காக பார்வையாளர் நேரத்துக்கு அப்பாற்பட்டும் மக்களை மருத்துவமனைக்கு உள்ளே வர அவன் அனுமதிப்பான் எனும்போது, பிறகு, அதே காரணத்துக்காக அவர்கள் உள்ளே தங்கியிருக்கவும் அவன் அனுமதிக்கக்கூடும்.

காவல்காரன் அறையை விட்டு வெளியேறிச் சென்றான், அச்சுறுத்தும் அவனது குரல் மற்ற அறைகளுக்குள் எதிரொலித்தது. “வெளியே செல்லுங்கள்! நிர்வாகி எந்நேரமும் இங்கு வந்து சேரலாம்.” எதிரொலிகள் அவனுடைய காதுகளுக்குள் மெல்லத் தேய்ந்து கொண்டே வந்தன, அவன் அம்மாவின் நினைவுகளால் அவை துரத்தப்படும் வரைக்கும்.

சிறுகுழந்தையாக இருந்தபோது, அவன் அதிகம் பேசுகிறவனாகவும் மிகவும் துறுதுறுப்பானவனாகவும் இருந்தான். அவன் அம்மா அவனை மிகவும் நேசித்தாள், ஆனால் அவளுக்கேயான தனித்த வழிமுறையில். அவன் சேட்டைசெய்யும்போது அவனைத் தண்டிக்க அவள் ஒருபோதும் தயங்கியதேயில்லை, அவன் அலறுவதோடு பல மணி நேரங்களுக்கு அவளை விட்டு விலகி நிற்பான், ஆனால் இறுதியில் அவனைத் தன்னுடைய கைகளுக்குள் ஏந்திக் கொண்டு அவள் அவனுக்குச் சில அற்புதமானக் கதைகளைச் சொல்லுவாள்.

மசூதிகளைப் பற்றிப் பேச அவளுக்கு மிகவும் பிடிக்கும். “ஓம்துர்மானில்[2] 51 மசூதிகள் உள்ளன,” அவள் அவனிடம் சொல்வாள். “அவற்றுள் பத்தில் ஸ்தூபிகள் கிடையாது.” அத்தனை வருடங்களுக்குப் பிறகும் அவன் அவற்றின் பெயரையெல்லாம் நினைவு வைத்திருந்தான். அப்தெல் கஃப்பார் மசூதி. ஷேக் யூசுஃப் மசூதி. மாபெரும் மசூதி.

“ஏன் அவர்கள் அதை மாபெரும் மசூதி என்றழைக்கிறார்கள்?”

ஏதோ அந்தக் கேள்வியை அவள் எதிர்பார்த்தாளென்பது போல, அவன் அம்மா உடனடியாகப் பதிலறுத்தாள்: “ஏனென்றால் அதுதான் இருப்பதிலேயே பெரிய மசூதி. அதன் ஸ்தூபிதான் மிகவும் உயரமானது. மேலும் சந்தையின் இருதயப்பகுதியில் அமைந்திருப்பதோடு மக்கள் கூட்டங்கூட்டமாக அங்கு செல்வார்கள் என்பதாலும் கூட. மேலும் சொன்னால், அதைக் கட்டியது அரசாங்கம் என்பதாலும்.”

“ஆனால் பிரார்த்தனைகளுக்கும் அரசாங்கத்திற்கும் என்ன தொடர்பிருக்க முடியும்?” அனேகமும் அவன் அம்மாவிடம் பதில் இல்லாததொரு கேள்வியாக இது இருந்தது.

“மேலும் காப்டிக்[3] தேவாலயத்தை யார் கட்டியது? அதுவும் அரசாங்கம்தானா? காப்டிக்குகள் இஸ்லாமியர்களோடு ஒப்பிட வித்தியாசமானவர்கள் இல்லையா? ஏன் அத்தனை மசூதிகளையும் தேவாலயங்களையும் அரசாங்கம் கட்ட வேண்டும்?” இந்தக் கேள்விகளுக்கு அவள் எந்த பதிலும் தரவில்லை, அது ஏனென்று அவனுக்குப் புரியவுமில்லை.

மிகுந்த பக்தியுள்ள பெண்ணாயிருந்தாலும், பிரார்த்தனைகளின் நன்மைகள் குறித்து அவள் ஒருபோதும் பேசியதில்லை. மேலும் மசூதிகளை வெகுவாக நேசித்தபோதும், ஒரு மசூதிக்குக் கூட அவள் போனதில்லை. அண்டைப்பகுதி பெண்களில் சிலர் மசூதியின் வெள்ளிக்கிழமை பிரார்த்தனைகளுக்குச் சென்று வந்தார்கள். ஹஜ்ஜா[4] கல்தௌம், ஹஜ்ஜா ஜைனாப், உடன் மற்ற ஹஜ்ஜாக்களும். அவர்கள் ஹஜ் யாத்திரை மேற்கொண்டிருந்தார்கள் எனும் தகுதி ஆண்களுடைய பண்புகளுள் ஒன்றை இந்தப் பெண்களிடமும் விதைத்திருக்கக் கூடும்: மசூதியின் வெள்ளிக்கிழமை பிரார்த்தனைகளில் கலந்து கொள்வது. ஹஜ்ஜுக்குப் போன பெரும்பாலான பெண்கள் மிகவும் வயதானவர்கள், ஆக அந்தக் குழுவில் தன்னையும் அடையாளப்படுத்துவதை விரும்பாத காரணத்தால் அவன் அம்மா வெள்ளிக்கிழமை கூட்டுவழிபாட்டுப் பிரார்த்தனைகளை விட்டு விலகியிருந்தாள் என்பதற்கான சாத்தியங்களும் இருந்தது.

கத்தா அல்-தும் மசூதி: மாவ்ராதே அல்லது ஹஷ்மாப் அண்டைப்பகுதியிலா அது இருந்தது? கத்தா அல்-தும் என்பவர் யார்? அவரொரு புனிதரா? சொர்க்கத்துக்குப் போகும் பயணச்சீட்டை அடைவதற்காக அதைக் கட்டிய ஒரு கொடையாளியா? மசூதிக்குத் தன் பெயரையே சூட்டியதோடு

விண்ணை-முட்டுமளவுக்கு ஒரு ஸ்தூபியைக் கட்டிய மனிதரை என்னவென்று சொல்வது? சந்தேகத்துக்கிடமான நடவடிக்கைகளின் மூலமே தன்னுடைய செல்வத்தை அவர் பெருக்கினார் என மக்கள் சொல்கிறார்கள். நிச்சயமாக, மக்களின் கிசுகிசுக்கள் முடிவற்று நீண்டன.

வீதி பாதசாரிகள், மகிழுந்துகள் மற்றும் கூச்சல்களால் நிறைந்திருந்தது. கசகசப்பான ஒரு மனிதக்கடலின் மத்தியில் இருந்தது மருத்துவமனை. நாளின் அந்நேரத்துக்குப் பொருந்தாத வகையில் போக்குவரத்து நெரிசல் மிக அதிகமாயிருந்தது. மகிழுந்துகள் தங்களுடைய காற்றொலிப்பான்களை அலற விட்டன, சில நேரங்களில் வெளிப்படையான எந்தக் காரணமுமின்றி. அங்கிருந்தவர்கள் அனேகமும் ஆங்கிலேயர்கள் என்பதால் அந்த மருத்துவமனை ஆங்கிலேய மருத்துவமனை என்றே அழைக்கப்பட்டது. காலனிய காலகட்டத்தில், அந்த மருத்துவமனை மிகுந்த சுகாதாரத்தோடும் நேர்த்தியோடும் அமைதியோடும் இருந்தது. “உள்ளுறைபவர் யாரும் இறந்தால், சின்னதொரு கூச்சல் கூட இருக்காது,” என்று சொல்வார், அந்தக் காலத்தில் இருந்தே மருத்துவமனையில் வேலை பார்க்கக்கூடிய அங்கிள் சித்திக்.

அதாவது, அங்கிள் சித்திக், உள்ளூர் நிர்வாகத்திடம் வந்த பிறகுதான் இந்த மருத்துவமனை அசுத்தமானதாகவும் கூச்சல்மிகுந்ததாகவும் மாறியதாகச் சொல்கிறீர்களா? ஆம், மௌனமான பதில் அங்கிள் சித்திக்கின் கண்களில் இருந்து வந்தது.

ரயில்வே வீதிப்பக்கமாக இருந்த மருத்துவமனையின் வாயில் வழக்கம் போல மூடியிருந்தது. அந்த நேரத்தில் அங்கு யாருமில்லை, இரும்புக்கம்பிகளின் பாளங்களில் தன்னுடைய முகத்தைப் பதித்திருந்த ஓர் இளம்பெண்ணைத் தவிர. அனேகமும் அவள் அழகாயிருக்கக்கூடும், ஆனால் அத்தனை தூரத்தில் இருந்து அவனால் உறுதியாகச் சொல்ல முடியவில்லை. நிச்சயம் அவள் நல்ல உயரமாயிருந்தாள். ஏன் அவளைப் பற்றி யோசிக்கிறான்? காத்திருக்கும் அவலத்தில் இருந்து தன்னுடைய மனதை மடைமாற்றும் ஒரு முயற்சியா?

திடீரென்று மருத்துவர் உள்ளே நுழைந்தார், ஒரு தலையசைப்பால் அவனுக்கு முகமன் கூறினார், பிறகு விரைவாக அறையை விட்டு வெளியேறினார். எந்தவொரு உரையாடலையும் அவர் தவிர்க்க விரும்பினாரென்பது அப்பட்டமாகத்

தெரிந்தது. அது நோயாளிகளுக்கான வழக்கமான ரோந்து நேரமுமல்ல. வெளிப்படையாகவே, அந்த மருத்துவர், சிஸ்டர் ஆலிஸால் வரவழைக்கப்பட்டிருந்தார். சற்று தீவிரமான பிரச்சினையாகத்தான் இருக்க வேண்டும், அவன் அம்மாவைச் சோதிப்பதில் அந்த மருத்துவர் செலவிட்ட நிமிடங்கள் கிட்டத்தட்ட பல மணி நேரங்களைப் போலிருந்தன. மீண்டும், அவன் தனது விழிகளை வீதிப்பக்கம் நகர்த்தினான். வேலியைச் சுற்றி சாம்பிராணி மரங்கள் வளர்ந்திருப்பதை காற்றில் அவை நடனமாடுவதை அவன் கண்டான். இரும்புக்கம்பிகளின் பாளங்களில் தன்னுடைய முகத்தைப் பதித்த ஓர் இளம்பெண். காவல்காரனின் காலி இருக்கை. அனேகமாக அவன் திரும்பி வருவதற்கு அவள் காத்திருக்கலாம். தன்னை உள்ளே அனுமதிக்கும்படி அவள் அவனைக் கெஞ்சக்கூடும், அதன் மூலம் மிகவும் மோசமாயிருக்கும் ஒரு நோயாளியை அவள் சந்திக்க முடியும். அவளுடைய வேண்டுகோள் அவனை இணங்க வைக்கப் போதுமானதாக இல்லாமல் போகலாம், எனவே அவள் சிறிது பணமும் தரக்கூடும். இறுதியாக, அவளை அனுமதிப்பதற்கு முன்பாக, காவல்காரன் சிறிது நேரத்துக்கு தனது தலையை இங்குமங்குமாக ஆட்டக்கூடும். சில்லறைகளைத் தனது ஜேப்பிக்குள் திணித்தவாறே, வேகமாக முடித்துக் கொள்ளும்படி அவன் அவளை வற்புறுத்துவான், ஏனென்றால் மருத்துவமனை நிர்வாகி அவளைக் கண்டால் தனது வேலையை அவன் இழக்க நேரிடலாம். ஒருவேளை அவள் பிடிபட்டால், வேலியேறிக் குதித்ததாகவோ கம்பிகளினூடாக நுழைந்து வந்ததாகவோ சொல்ல வேண்டும், அல்லது ...

மருத்துவரின் காலடிகள் அறையை விட்டு விரைந்து வெளியேறுவதை அவன் கேட்டான். அவர்களுடைய கண்கள் சந்தித்துக் கொண்டபோது, ஏதேனும் கேள்வி கேட்குமாறு அவனுக்கு ஊக்குவிக்கக்கூடிய எதையும் அவனால் வாசித்தறிய முடியவில்லை.

உங்கள் மருந்துகள் எங்கே, மருத்துவர்களே? அவன் கேட்டுக் கொண்டான், தனக்குத்தானே பதிலளிப்பவனாக: *அவளுடைய உயிரைக் காக்க இத்தனை தீவிர முயற்சி மேற்கொள்ளப்பட்டதற்கு நீ நன்றியோடிருக்க வேண்டும். பொதுப்பிரிவு என்றழைக்கப்படுபவற்றில் மனிதர்கள் எப்படிச் சாகிறார்கள் என்பதை நீ பார்க்கிறாய்தானே? தெற்கு சூடானில் இருந்து வந்த மனிதன் எவ்வாறு ரத்தங்கக்கிச் செத்தானென்பதை உன்னால் பார்க்க முடியவில்லையா?*

அவனைக் காப்பாற்ற யாரும் வந்தார்களா? அவனுடைய இழப்புக்காக யாரும் அழவோ ஓலமிடவோ செய்தார்களா? அவன் வெறுமனே செத்துப் போனான், பெற்றோர், மனைவி அல்லது குடும்பம் என யாருமே சுற்றி நிற்காமல். நிச்சயமாக, உன் அம்மா இங்கே அற்புதமான கவனிப்பைப் பெறுகிறாள் என்பதற்கு நீ நன்றியோடிருக்க வேண்டும்.

தனது கனத்த காலடிகளை இழுத்தவாறே, அவன் அறைக்குள் போனான்.

“மருத்துவர் ஏதும் சொன்னாரா?” தன்னுடைய பெண் உறவினர்களில் ஒருத்தியிடம் அவன் கேட்டான்.

“இல்லை.”

“ஒன்றுமே இல்லையா?”

“மருத்துவரால் என்ன பெரிதாக சொல்லி விட முடியும்? நம்முடைய விதி கடவுளின் கரங்களில் இருக்கிறது.”

குறிப்பாக இந்த மருத்துவர் குடும்பங்களைச் சேர்ந்தவர்களின் கவலைகளை ஆறுதல் சொல்லித் தேற்றுவது குறித்து கவலைப்படுபவராகவோ அல்லது அவர்களுடைய நோயாளிகளின் நிலை குறித்த தகவல்களைப் பகிர்ந்து கொள்பவராகவோ இருந்தாரில்லை. “அவர் இப்போது என்ன செய்தார்?”

“அவர் வெறுமனே அவளுடைய மார்பில் ஸ்டெத்தாஸ்கோப்பை வைத்து செம்மறியாட்டைப் பரிசோதிக்கும் யாரோவொருவரைப் போல அவளைப் பரிசோதனை செய்தார், அதன் பிறகு ஏதோ வினோதமான மொழியில் சிஸ்டரிடம் பேசினார். அந்தப் பெண்மணி உண்மையிலேயே கருணைமிகுந்தவள், அவளொரு கவாஜியாவாக[5] இருந்தாலும் கூட.”

அவன் அம்மா எப்போதும் அவனுடைய திருமண நாள் குறித்து கனவு காண்பாள், மணமகனுக்கான உடையில் அவனைப் பார்ப்பாள், மணிக்கட்டில் ஹரிரா ரிப்பனைச் சுற்றி, நெற்றியில் பொன்னிறப் பிறையை அணிந்து, நறுமணத்துடன் கூடிய தரிராவை அவனுடைய கேசத்தில் பூசி, டாலுகா மத்தளத்தின் தாளத்துக்கேற்ப பெண்கள் அங்கு பாடிக் கொண்டிருப்பார்கள். அய்யோ! இப்போது அவளைப் பாருங்கள், அசைவின்றி, கண்கள் மூடியிருக்க, சிரமப்பட்டு மூச்சு விடுகிறாள்.

சிறுநீரகமும் இதயமும் ஒருசேர செயலிழந்து போகும்போது யாரேனும் பிழைக்க முடியுமா?

"அம்மா, மாபெரும் மசூதி, ஏன் அவ்வாறு அழைக்கப்படுகிறது?"

"ஏனென்றால் அது சந்தையின் இருதயப்பகுதியில் இருக்கிறது, மேலும் ஏனென்றால் அது அரசாங்கத்தால் கட்டப்பட்டிருக்கிறது, பிறகும் ஏனென்றால் அது மிகவும் விசாலமானது. புனித ரமலான் மாதத்தின் வெள்ளிக்கிழமை கூட்டுவழிபாட்டுப் பிரார்த்தனைகளுக்குப் பிறகு மாதியின்[6] தாளத்திற்கேற்ப பரவசநிலையில் மனிதர்கள் நடனமாடுவதை நீ கண்டதில்லையா?"

இதில் எதையும் அவள் நேரில் பார்த்ததில்லை, ஆனால் வெறுமனே அதைக் கேள்விப்படத்தான் செய்திருந்தாள். மாதியை அவள் நேசித்தாள் என்பதோடு சமையலறையில் இருக்கும்போதோ அல்லது மற்ற வீட்டுவேலைகளில் ஈடுபடும்போதோ அந்த தீர்க்கதரிசியைப் போற்றும் வரிகளைப் பாடுவாள்.

தன் மகனை வெகுவாக நேசித்தபோதும், வீட்டுப்பாடத்தை நிராகரித்தாலோ அல்லது திரைப்படத்துக்குப் போக வேண்டுமென்று அடம்பிடித்தாலோ அல்லது தனது தலைமுடியை மிகவும் அடர்த்தியாக வளர அனுமதித்தாலோ அவனைக் கடுமையாகத் தண்டிக்க அவள் ஒருபோதும் தயங்கியதில்லை. அவன் வெறியோடு வெளியேறிச் செல்வான், ஆனால் சீக்கிரமே அமைதியாகி விடுவான். இனி அவனுடைய முதலாளி அவன் மட்டும்தானா? தனது கேசத்தை இஷ்டப்படி வளர அவன் அனுமதிக்கலாமா?

நன்கு பழகிய குழுப்பாடலைப் போல, பெண்கள் உரக்க ஓலமிட்டார்கள். *இனி நீ தனியாகத்தான் நிற்க வேண்டும், மேலும் அந்தப் பெருந்துயரம் உன் மீது இறங்கி விட்டது!* அவன் அறையை விட்டு விரைவாக வெளியேறினான். நடைக்கூடம் திடீரென்று மனிதர்களால் நிரம்பி வழிந்தது. அவர்களை உந்தித் தள்ளியது ஆர்வமா, அல்லது துக்கமா, அல்லது மரணம் குறித்த பயமா? அவன் விலகி ஓடினான், எதிலிருந்து தப்பிக்க அவன் முயற்சி செய்தான், ஒப்பாரியில் இருந்தா அல்லது அறைக்குள் நுழையப் போராடிக் கொண்டிருந்த மக்களின் ஆர்வத்திடமிருந்தா? எப்படியாகிலும், அவனுடைய வெளியேற்றத்தை யாரும் கவனிக்கவில்லை.

ஈரங்கசியும் கண்களோடு, மருத்துவமனையின் முற்றத்தை அவன் சுற்றிச் சுற்றிப் பார்த்தான். பொருட்கள் யாவும் மங்கலாகத் தெரிந்தன. சாம்பிராணி மரங்கள் தென்றலோடு சேர்ந்து ஆடிக் கொண்டிருந்தன. சாக்கடையின் நாற்றம் இப்போது இன்னும் தீவிரமாயிருந்தது. ஒரு பெண் வாயிலில் நின்று கொண்டிருந்தாள், தனது முகத்தை இரும்புக்கம்பிகளில் பதித்தபடி, காவல்காரனின் இருக்கை இன்னும் காலியாகத்தான் இருந்தது.

குறிப்புகள்:

1. பியாஸ்டர் (Piastre) – மத்திய கிழக்கு நாடுகளில் பயன்படுத்தப்படும் பணம்.
2. ஓம்துர்மான் (Omdurman) – சூடானின் அதிக மக்கட்தொகை கொண்ட நகரம்.
3. காப்டிக் (Coptic) – வடக்கு ஆப்பிரிக்காவைச் சேர்ந்த கிறித்துவ மதப்பிரிவு.
4. ஹஜ்ஜா (Hajja) – ஹஜ் பிரயாணம் செய்த பெண்களுக்கான அடைமொழி.
5. கவாஜியா (Khawajia) – வெளிநாட்டவர்களைக் குறிக்கும் சொல்.
6. மாதி (Madih Nawabi) – நபியின் புகழைப் பாடும் அராபியப் பாடல் வடிவம்.

முகம்மத் அல்-ஷாரிக் (Mohamed al-Sharekh) (1937)

குவைத்தைச் சேர்ந்த சிறுகதை எழுத்தாளர் மற்றும் தொழிலதிபர். அதீத படைப்பாற்றலும் வியாபாரக் கூர்மதியும் துணையாகக் கொண்டு கலாச்சாரம் மற்றும் அறிவுப்புலம் சார்ந்த பெரிய கணினி நிறுவனத்தை நடத்தி வருகிறார். என்றாலும், வாய்ப்பு கிட்டும் நேரங்களில் எல்லாம், தொடர்ந்து எழுதவும் செய்கிறார், அனேகமும் அவரின் சமூக அனுபவங்கள் மற்றும் அரசியல் சார்ந்த புனைவுகள், அவருடைய கதைகள் குவைத்தின் வாழ்க்கைக்கு மட்டும் பொருந்தக்கூடியதாக அல்லாமல் ஒட்டுமொத்த நவீன அராபியச் சமூகத்துக்குமான ஒன்றாகவுள்ளன.

விசாரணை

தொலைபேசி அலறத் தொடங்கியபோது அதன் சத்தத்தை அவர் வெறுத்தார். அதைத் தொடர்ந்து ஒலிக்க விட்டார், பிறகு தன் மனைவியின் செருப்புகள் அதை நோக்கி விரைந்திடும் சத்தத்தை அவர் கேட்டார். கதவின் மீது உணர்வற்ற, இறுக்கமான பார்வையை வீசினார்.

"ஆமாம்," அவர் மனைவி சொல்லிக் கொண்டிருந்தாள், "அவர் இருக்கிறார். தயவுசெய்து யாரென்று சொல்ல முடியுமா? ஒரு கணம் பொறுங்கள்." அவளது செருப்புகள் தாழ்வாரத்தின் வழியே தன்னுடைய வாசிப்பறைக்கு வருவதைக் கேட்டார். "ஹாத்திம்." என்றாள். "யார் இந்த ஹாத்திம்?" "தொலைபேசிக்குப் பதில் சொல்ல எனக்கு விருப்பமில்லை" அல்லது "நான் இங்கிருப்பதாக நீ ஏன் சொன்னாய்?" என்று கேட்க ஆசைப்பட்டார். ஆனால் அவளுடைய முகமும் கண்களும் "என்ன ஆயிற்று உங்களுக்கு? நீங்களாக ஏன் எழுந்து போய் தொலைபேசியை எடுக்கக்கூடாது?" என்று கேட்பதைப் போலிருந்தன. எழுந்து கொண்டு, தான் அணிந்திருந்த மேலங்கியின் வாரை இறுக்கியபடியும் தனது சட்டையில் ஒட்டியிருந்த வியர்வையை உதறித்தள்ள தலையை நன்கு ஆட்டியபடியும், அவர் தன்னைத்தானே இழுத்துக் கொண்டு போனார்.

ரிசீவரை அவர் கையில் எடுத்தார்.

"ஹலோ."

"டாக்டர். அஹமத் மன்சூர்?"

"ஆம், அஹமத் மன்சூர் தான் பேசுகிறேன்."

"காலை வணக்கம்."

"காலை வணக்கம்."

"ஒரு வெள்ளிக்கிழமை காலையில் உங்களைத் தொந்தரவு செய்வதற்காக வருந்துகிறேன், ஆனால் பல்கலைக்கழகத்தில் நீங்கள் வழங்கிய சமீபத்தைய உரையின் நகலை நான் வாசித்தேன், உங்களைச் சந்திக்க விரும்புகிறேன்."

"நன்றி. அவை எங்களின் மாணவர்களுக்கு நாங்கள் வழங்கும் சாதாரணமான உரைகளே. நீங்கள் பல்கலைக்கழகத்தில் பணிபுரிகிறீர்களா அல்லது உங்கள் பையனோ பொண்ணோ என்னிடம் படிக்கிறார்களா?"

"இரண்டுமில்லை, டாக்டர். நான் உள்துறை அமைச்சகத்தில் பணிபுரிகிறேன். உங்களுடைய உரை, அல்லது, சொல்வதெனில் உங்களின் கடைசி இரண்டு உரைகள், கடந்த வாரம் என்னிடம் வந்து சேர்ந்தன, ஆக உங்களுக்கு ஏதும் சங்கடமில்லை என்றால் உங்களைச் சந்திக்கலாமே என்றெண்ணினேன்."

"நிச்சயமாக. நீங்கள் பல்கலைக்கழகத்துக்கு நேரில் வர விரும்புகிறீர்களா? நாளை பதினோரு மணிக்கு நான் பொருளியல் துறையில் இருப்பேன்."

"காலையிலா?"

"ஆமாம்."

"மன்னித்துக் கொள்ளுங்கள், அப்போது நான் சற்று வேலையாயிருக்கிறேன். உங்களின் உரை எப்போது முடிவுறும்?"

"ஒரு மணி போல."

"அற்புதம். என்னோடு ஒரு கோப்பை தேநீர் அருந்த விரும்புவீர்களா? நான் பணிபுரியும் காவல் நிலையம் உங்கள் வீட்டிலிருந்து அதிக தொலைவில்லை. எப்படி எனக்குத் தெரியுமென்றால், உங்களுக்குப் புரிகிறதுதானே, உங்களின் மகிழுந்தை எனக்குத் தெரியும். நீல நிற செவர்லே, இல்லையா, அதன் எண் 11429L, சென்ற வாரம் கூட ஒரு துப்புரவு

பார வண்டியில் கிட்டத்தட்ட மோதி விட்டது? டாக்டர் அப்துல்லாவின் வீட்டிலிருந்து திரும்பிக் கொண்டிருந்தீர்கள், சரியா, ஒரு மஞ்சள் நிறச் சட்டையை அணிந்து?"

"நீங்கள் அல்-ஸுகுர் வீதியில் உள்ள நிலையத்தைக் குறிப்பிடுகிறீர்களா?"

"ஆமாம்."

"ஆனால் ஒரு மணியென்பது மதியவுணவு நேரம். நாம் ஞாயிறு அன்று சந்தித்தால் என்ன?"

"அப்படியானால் சரி. ஞாயிற்றுக்கிழமை ஒரு மணிக்கு நான் நிலையத்தில் இருப்பேன்."

"ஆனால் அதுவும் மதியவுணவு நேரம்தான், மேலும் என் மனைவி.."

"டாக்டர், போன வாரம் தொடங்கி உங்களைச் சந்திக்க நான் ஆவலாயிருக்கிறேன், என்னால் அதை உங்களுக்கு உறுதிகூற முடியும், மேலும் நம்முடைய சந்திப்பை நான் ஏற்கனவே ஒரு நாள் ஒத்திப் போட்டிருக்கிறேன். எப்படியாகிலும் உங்களை வெகுநேரம் பிடித்து வைத்திருக்க மாட்டோம்."

"அதாவது நான் வந்து உங்களைப் பார்க்க வேண்டும் என்கிறீர்கள்?"

"உங்களால் முடியுமெனில்."

"நாளை மறுநாள்?"

"ஆமாம்."

"உங்கள் விருப்பப்படி."

"என் பெயரை நீங்கள் இன்னும் கேட்கவில்லை, டாக்டர். நான் லெப்டினெண்ட் ஹாத்திம், அத்தோடு நான் இரண்டாவது மாடியில் இருக்கிறேன்."

"சரி."

"எனில் நாம் ஞாயிற்றுக்கிழமை சந்திப்போம்."

"நிச்சயமாக, விடைபெறுகிறேன்."

க்ளிக் என்ற ஒலியுடன் தொலைபேசி அணைந்தது, ரிசீவரை அவர் மீண்டும் அதனிடத்தில் வைத்தார், அவரது கைகள் அதன் மீது பாரமாக வீற்றிருக்க, அவருடைய கண்கள் வெண்ணிற எண்களுடன் கூடிய அந்தக் கருப்புநிறக் கருவியின் மீது நிலைத்திருந்தன.

“ஆக யார் இந்த ஹாத்திம்?” அவர் மனைவி கேட்பது அவருக்குக் கேட்டது.

“உள்துறை அமைச்சகத்தைச் சேர்ந்தவர்.”

தான் கேட்டதை நம்ப மாட்டாதவளாக அவள் அவரிடம் விரைந்தோடி வந்தாள்.

“உள்துறை அமைச்சகமா?”

அவர் அவளை நிமிர்ந்து பார்த்துத் தலையாட்டினார்.

“ஆமாம்.”

அவள் அவருடைய கையைப் பற்றிக் கொண்டாள், பிறகு இருவரும் அமைதியாக வாசிப்பறைக்கு நடந்து சென்றார்கள், அங்கு அவர் சாய்வு நாற்காலியில் அமர்ந்து கொண்டு மேலங்கியை தனது இடுப்போடு சேர்த்து இறுக்கிக் கட்டினார். பிறகு, உடம்பிலிருந்து வியர்வை வெளியேறுவதை உணர்ந்தவராக, மெல்ல தனது தலையை ஆட்டினார்.

“அவர்களுக்கு என்ன வேண்டுமாம்?” அவர் மனைவி கேட்டாள், அவருக்கு எதிரே அமர்ந்தபடி.

அவர் தோள்களைக் குலுக்கி தனது உதடுகளைப் பிதுக்கினார்.

“எனக்குத் தெரியாது, ஆனால் அவர் எனது உரை குறித்துப் பேசினார்.”

கருணைநிறைந்த பார்வையை அவள் அவர் மீது வீசினாள்.

“நான் சொன்னேனில்லையா?” என்றாள்.

அகலமான, பிரகாசமாக-வண்ணமூட்டிய ஆஃப்கானியக் கம்பளத்துக்குள் அவர் தனது பார்வையைப் புதைத்தார், தனது உரையின் வார்த்தைகள் பற்றியும் ஞாயிற்றுக்கிழமையன்று எவ்வாறு தான் ஹாத்திமுக்குப் பதில் சொல்லப் போகிறோமென்பது குறித்தும் யோசிக்கத் தொடங்கினார். அந்த உரையில் குறிப்பிட்டுச் சொல்லும்படியாக ஏதும்

இருக்கவில்லை - ஆனால் அதற்குள் எல்லாம் இருக்கத்தான் செய்தது. பங்கீடு பற்றிய கோட்பாட்டினை எவ்வாறு எடுத்துக்காட்டுகள் இல்லாமல் அவரால் விளக்க முடியும்? எனில் அமெரிக்கா அல்லது பெல்ஜியம் அல்லது கொமோரா தீவுகளைச் சேர்ந்த எடுத்துக்காட்டுகளைத்தான் அவர் பயன்படுத்த வேண்டுமா? அவர்களுடைய சொந்த தேசத்தின் எடுத்துக்காட்டுகளைச் சொல்லாமலேயே பொருளியல் கோட்பாடுகளை மாணவர்கள் புரிந்து கொள்ள வேண்டுமென்று எப்படி நாம் எதிர்பார்க்கலாம்? பொருளியல் நிபுணர்களுக்குப் பதில் வெறும் அரசாங்க குமாஸ்தாக்களை தயாரிக்கிறோம் என்பதும் அவரைச் சங்கடத்தில் ஆழ்த்தியது, ஆக தற்போது தன் கையாலேயே, அவர் தனக்குப் பிரச்சினையை இழுத்து வைத்திருக்கிறார். ஒருவேளை, ஜப்பானும் அர்ஜெண்டினாவும் குறித்த பத்திகளும் நேர்த்தியும் பல்வேறு நிறங்களும் வரைபடங்களும் இருந்தாலும், வெறும் காகிதத்தில் இடப்பட்ட மசியாக மட்டுமே அவை இருக்குமென்பதான அறிக்கைகளைத் தயாரித்தபடி, அமைச்சகங்கள் அல்லது இலாகாக்கள் அல்லது வங்கிகள் இவற்றுள் ஏதேனுமொன்றில் ஒரு நிபுணராக அவர் பணியாற்றி இருக்கலாமோ? எனில் அங்கு படிப்புக்கான தேவைதான் என்ன?

இப்போது அவருக்குள் பயம் துளிர்த்திருந்தது: அவமானம் மற்றும் அர்த்தமற்ற கேள்விகளுக்குப் பதில் சொல்ல வேண்டியதன் பயம். உண்மையில் அவர்கள் அவரை எதுவும் செய்யப் போவதில்லை - சொல்லப் போனால், அவர் தப்பாக ஏதும் செய்து விடவில்லை - ஆனாலும் அவர் அவமானப்படுத்தப்படுவார்; என்றபோதும், அவமானம் குறித்த அச்சம் இருந்ததெனில், தேசத்தில் நிகழ வேண்டிய 'மாதிரி பொருள்வளப் பங்கீடு' குறித்த விளக்கங்களை, இறுதியாக, ஏன் அவர் பாடம் நடத்த வேண்டும்? பிரச்சினையை விட்டு விலகியிருப்பது அவரளவில் தந்திரமான உபாயமாக இருந்திருக்காதா என்ன? இப்போது கூட, அத்னான் அல்-காசரைப் பற்றி யோசிப்பது அவருடம்பை சில்லிடச் செய்தது, ஒரு வருடத்துக்கு முன்னால் பொருளியல் துறையின் வாசலில் வைத்து அவன் தற்கொலை செய்தான். அவனுக்கு இருபத்தியோரு வயது, திறமையான மாணவர்களில் ஒருவன், என்றாலும், உற்பத்திக்கும் பங்கீடுக்குமான தொடர்பு குறித்து ஆசிரியர்களின் சுவர்ப்பலகையில் அவன் எழுதிய கட்டுரைக்காக, சரியோ தவறோ, அவனைத் தாக்குவதை டாக்டர் யாஹ்யா ஒருபோதும் நிறுத்தவேயில்லை.

திடீரென்று அவருடைய மனதுக்குள் அத்னானின் சித்திரம் அலையடிக்கத் தொடங்கியது, கையில் துப்பாக்கியோடு அவன் தரையில் அலங்கோலமாகக் கிடக்க ஆசிரியர்களும் மாணவர்களும் அவனைச் சுற்றி நின்றிருந்தார்கள், ஆசிரியர்களுக்கான நுழைவுக்கூடத்தில். பிற்பகல் ஒரு மணி, மதியவுணவு நேரம், மாணவர்கள் வீட்டுக்குச் சென்றார்கள் அல்லது சிற்றுண்டிச்சாலையை நோக்கி நகர்ந்தார்கள். அத்னான் நடப்பதை நிறுத்தினான். "எனக்கு எந்த நம்பிக்கையும் இல்லை," சக-மாணவர்களிடம் அவன் சொன்னான், "ஆசிரியர்களுக்கான தலைமைப்பொறுப்பில் டாக்டர் யாஹ்யா இருக்கும் வரைக்கும்." பிறகு தனது பெட்டிக்குள்ளிருந்து ஒரு துப்பாக்கியை எடுத்துக் கொண்டு சொன்னான், "என்னை அவர் ஒரு குமாஸ்தாவாக மாற்றுவதற்கு முன்னால் தற்கொலை செய்து கொள்ளப் போகிறேன்." அவன் ஒரு முறை சுட்டான், திடுக்குற்ற பறவைகள் ஒன்றுசேர உயர எழும்புவதைப் போல மாணவர்கள் துள்ளிக் குதித்தனர். அத்னான் புன்னகைத்தான், அவனுடைய இடதுகால் முன்புறம் மண்டியிட்டது. "உங்கள் அத்தனை படிப்பை மீறியும்," அவன் சொன்னான், "வெறும் கூலியாட்களாக நீங்கள் மடிவீர்கள்." பிறகு அவன் இரண்டாவது முறையாகத் தனது தலைக்குள் சுட்டான், உடம்பிலிருந்து உதிரம் ஊற்றெடுக்க நேராகத் தரையில் வீழ்ந்தான். மே, அவனை நேசித்தவள், முன்னால் ஓடிச்சென்று தரையில் அமர்ந்தாள், பின்புறம் ஊன்றிய கரங்களால் தன்னை சமநிலைப்படுத்திக் கொண்டு அவனைத் தனது மடியில் ஏந்தினாள். உணர்விழந்தவளாக, தன்னைச் சுற்றி நின்றிருந்த மனிதர்களைப் பார்த்தாள்; அவளது மார்புகள் பெருமையாக விம்மியிருக்க அடர்ந்த கருப்புநிறக் கேசம் அவிழ்ந்து விட்டிருந்தது. எந்த வார்த்தையும் கண்ணீருமின்றி தனது மடியில் கிடந்தவனின் தலையை உலுக்கியவாறே நம்பிக்கையின்றி எங்களைப் பார்த்தாள். அவசர ஊர்தி ஆட்கள் வந்து அத்னானைத் தூக்கிச் சென்றபோது, அடர்த்தியான கண்ணாடிகளுக்குப் பின்னால் திகிலூட்டும் அச்சத்தின் சாயலை தாங்கிய கண்களோடு நின்ற டாக்டர் யாஹ்யாவைப் பிடித்துக் கொண்டாள் மே, அவளுடைய பார்வையைத் தவிர்க்க தீவிரமாக அவர் முயன்றபோதும், தனது முகத்தை அவரது முகத்தினருகே கொண்டு சென்றாள். அவள் அவரைப் பிடித்து உலுக்கினாள். "நேற்று அவன் என்னை முத்தமிட்டான்," என்றாள். பிறகு, இன்னுமதிக விசையோடு, அவள் மீண்டும் அவரை உலுக்கினாள், அவள் கண்கள்

படபடத்தன. "நேற்று அவன் என்னை முத்தமிட்டான்!" மேக்காக அத்னான் ஒரு குறிப்பை விட்டுப் போயிருந்தான்: "உன் மீதான காதல் என்னைத் தற்கொலை செய்ய விடாமல் தடுக்கும் என நான் அச்சங்கொண்டிருந்தேன். நேற்றைய முத்தத்தை என்னோடு எடுத்துப் போகிறேன்."

டாக்டர்.யாஹ்யா தன்னை இழுத்து விடுவித்துக் கொண்டு சுற்றியிருந்த கூட்டத்தைப் பார்த்தார், அவருடைய கேசம் காற்றில் ஆடிக் கொண்டிருந்தது. "காவலர்கள் எங்கே?" அவர் அலறினார், பயத்தால் ஆட்கொள்ளப்பட்டவராக. "அவசர ஊர்தி போய் விட்டதா?"

அத்னானுக்கு பைத்தியமென்றும் அவனுக்கு ஏதேனும் நிகழுமென்று தான் எதிர்பார்த்ததாகவும் பிற்பாடு ஆசிரியர்களுக்கான ஓய்வறையில் வைத்து அறிவித்தார் டாக்டர்.யாஹ்யா, ஏனெனில் அவன் திருப்தியுறாத, சிக்கலான, குழப்பமுற்ற மாணவனாயிருந்தான். அவன் மகிழ்ச்சியாக இருந்திருக்க வேண்டும் என்றார் டாக்டர் யாஹ்யா, ஏனென்றால் அவன் வந்தது பாலைவனப்பகுதியில் இருந்து, தூசையும் கொதிக்கும் சூரியனையும் துயரங்களையும் தாண்டி அவன் அங்கு வந்திருந்தான். ஆனால் இங்கோ பல்கலைக்கழகம் அவனுக்குத் தங்குமிடமும் உணவும் உடைகளும் அளித்தது, மேலும் பட்டம் பெறும் சமயத்தில் அவனுக்கென்று ஒரு வேலையும் இருந்திருக்கும். இதற்கு மேலும் அவனுக்கு என்ன வேண்டியிருக்கும்?

அத்னான் ஒழுக்கமும் உற்சாகமும் நிரம்பிய ஒரு மனிதனாயிருந்தான் என்பதை பிற்பாடு அவர் அறிந்தார், மேலும் இடப்புற ஓரத்து வீரனாக அவன் கால்பந்து ஆடுவான் என்பதையும். கவிதைகளையும் உணவையும் அவன் நேசித்தான், மேலும் ஜப்பானின் கோபே நகர மந்தைகளின் மாட்டுக்கறிதான், மென்மையான மாமிசத்துக்காக விசேஷமான முறையில் அவை கொழுக்க வைக்கப்பட்டன, ஆகச்சிறந்ததென்று அவன் அடிக்கடி சொல்வான்.

அவருக்கு அத்னானைப் பற்றிச் சொன்னவன் கஸன். அத்னான், அவன் சொன்னான், ஒரு செவ்விந்தியனின் அம்பைப் போல இடப்புறக் களத்தில் அவன் பாய்ந்து சென்று எந்தவொரு தடுப்பாட்டத்தையும் உடைத்தெறிவான். கால்பந்தோடு ஒரு பாறையைப் போல அவன் உறுதியாக நின்றிருப்பான், பிறகு திரும்பி அதை மற்றவர்களுக்குக் கடத்துவான்; ஒருபோதும்

அவன் பந்தை இழந்ததில்லை, மேலும் அவனுடைய ஒவ்வொரு முயற்சியும் முன்கள வீரனின் பாதத்துக்கோ தலைக்கோ போய்ச் சேரும். மொத்த மைதானமும் “அத்னான்! அத்னான்!” எனும் கூச்சல்களால் நிறையும்போது உடனடியாக அவனும் அவர்களோடு சேர்ந்து பெருமையோடு பாடுவான், அனேகமும், பந்தைக் கடத்தும் இடைவெளிகளின் போதெல்லாம் துள்ளிக் குதித்தோடும் ஹார்லெம் குளோப்டிராட்டர்ஸைப் போல.

காட்டு மந்தை (*Wild Cattle*) எனும் குழுவில் கஸனும் ஓர் அங்கத்தினனாக இருந்தான், அத்னானும் மேயும் இணைந்து உருவாக்கிய குழு அது, மிக அதிக எண்ணிக்கையிலும் மேலும் ஆச்சரியப்படத்தக்க வகையில் சட்டம், கலை, பொருளியல் மற்றும் இலக்கியம் என வெவ்வேறு பிரிவுகளைச் சேர்ந்த மாணவர்களும் அதன் உறுப்பினர்களாக இருந்தார்கள். சுவர்ப்படங்களையும் விளம்பரத்தட்டிகளையும் உருவாக்கும் ஒரு குழு, மேலும் அந்தக் குழுவுக்கான ஸ்டிக்கர் புகழ்பெற்ற கலைஞரான நபில் சலீமால் வடிவமைக்கப்பட்டிருந்தது, அதில் ஒரு பசுவின் தலை தீர்க்கமான ஓட்டோமான் மொழிநடையில் எழுதிய கொள்கைவிளக்கத்தால் சூழப்பட்டிருக்கும், “அநீதியை சகித்துக் கொள்ள மறுப்பவர்களைத் தவிர யாருக்கும் எந்தப் பெருமையுமில்லை.” இந்த கொள்கைவிளக்கம் காட்டுத்தீயைப் போல பரவியதால் பெரும்பாலான மாணவர்களின் கையேடுகளிலும் பெட்டிகளிலும் இதனைக் காண முடிந்தது. அந்தக் குழு முன்னிறுத்திய அத்தனை விசயங்களுக்காகவும் நிர்வாகம் அவர்களை வெறுத்தது. “மந்தை எனும் ஒரு வார்த்தை மட்டும் போதுமானதாக இருக்காதா? மேலும் எப்படியாகிலும் எந்த மந்தையும் அநீதியைச் சந்திக்கப் போவதில்லை. என்ன பைத்தியக்காரத்தனமான மோஸ்தர் இது? அத்னானின் அப்பா யார்?”

‘காட்டு மந்தை’ எனும் தனது கவிதையை அத்னான் பிரசுரித்தபோது செயலில் இறங்க நிர்வாகம் முடிவெடுத்தது. சில மாணவர்கள் அதை சட்டத்துறையின் சிற்றுண்டி விடுதியில் பாடினார்கள், கஸன் அதனைத் தன் வீட்டில் சட்டமிட்டு மாட்டினான், பொன்னிறத்தில் பொறித்த கூஃபிக்[1] மொழிநடையில் எழுதி.

அது இவ்வாறாக இருந்தது:

ஓ கோபேவின் துயருற்ற மந்தையே, என் மகிழ்ச்சியைப் பகிர்ந்து கொள்ளுங்கள்; ஏனெனில் நான் காட்டு மந்தையைச் சேர்ந்தவன்.

கஸேலைப் (Gazelle) போல நான் ஓடுகிறேன். எங்கும் பூக்களின் மணத்தை உணர்கிறேன்.

எனது அகலமான, தேன்-பழுப்பு நிறக் கண்களுக்குள் எத்தனை அழகு உள்ளது! ஏன் உங்கள் கண்கள் சோகத்தில் மூழ்கியுள்ளன?

நான் எனக்கு முன்னும் பின்னும் உற்றுப்பார்க்கிறேன். ஏன் உங்கள் தலை லாயத்தின் தரையை நோக்கிக் குனிந்துள்ளது?

ஓ கோபேவின் துயருற்ற மந்தையே, ஒடுங்கிய, குறுகலான லாயத்துக்குள் நீங்கள் வசிக்கிறீர்களா என்ன?

வெண்ணிறம் பொடிந்த மெல்லிய சிவப்பு என் நிறம். ஏன் உங்கள் நிறம் அடர்த்தியாகவும் சாம்பலைப் போலவுமுள்ளது?

ஓ கோபேவின் துயருற்ற மந்தையே, உங்களுக்காக நான் பிரார்த்தனை செய்ய மாட்டேன்.

கனமானவொன்று தன்னைச் சூழ்ந்திருப்பதாக அவருணர்ந்தார், அவரது தசைகளின் மடிப்புகளும் கழுத்தின் மென்மையான உருண்டை வடிவமும் அவரைத் தொந்தரவு செய்தன. ஆடியின் முன்னால் நிர்வாணமாக நிற்கும் தன்னுடைய கொழுத்த வெண்ணிற உடம்பின் சித்திரம் அவர் முன் மின்னி மறைந்தது. ஆண்மையைத் தான் இழந்து விட்டதாக எண்ணினார், தனக்குள் உணர்ந்த பயத்தை ஆழமாக வெறுத்தபடி. "என்ன இழவுக்கு நான் படித்தேன்?" என்று நினைத்துக் கொண்டார்.

அவர் மனைவி அவரைப் பார்த்துக் கொண்டேயிருந்தாள், அமைதியாகவும் பதற்றமாகவும்; அவள் பருமனாகவும் வெண்ணிறத்-தோலோடும் இருந்தாள், உடன் நீண்ட கழுத்தோடும் முழுமையான உதடுகளோடும். அவர் அவளைப் பார்த்தார். சந்தித்த முதல் தருணத்திலேயே அவர் அவளைக் காதலிக்கத் தொடங்கினார், மேலும் அவர்களுக்குத் திருமணமாகி இந்த முப்பது வருடங்களும் அவளைக் காதலிக்கவே செய்தார், அதற்குள்ளாக அவள் இமாத், கஸன் மற்றும் கௌலா ஆகியோரை அவருக்காகப் பெற்றெடுத்தாள். அவளுக்கு தத்துவமும் அரசியலும் பிடிக்கும், ஒரே வருடத்தில்தான் இருவரும் அமெரிக்காவில் பட்டம்

பெற்றார்கள். திருமணம் முடிந்து அவர்களிருவரும் அங்கு வாழச் சென்றார்கள், வழியில் அவர்கள் ரோமில் தங்கினார்கள், அங்கு சுற்றுலா மையங்கள் அனைத்தையும் சென்று பார்த்தார்கள்: கொலீசியம்[2], டிவொலி கார்டன்ஸ்[3], வில்லா டி'எஸ்டேவின்[4] பூங்காக்கள், ஸ்பானியப் படிக்கட்டுகள்[5], எகிப்திய சதுரஸ்தூபி[6], மற்றும் வாடிகன். ட்யூக் எல்லிங்க்டன் மற்றும் அவருடைய ஜாஸ் இசைக்குழுவையும் அவர்கள் ரசித்தார்கள்; யாவும் இப்போது அவருக்கு நினைவு வந்தன, எக்காளத்தின் ஒலி, தாளம் குறித்த அம்மனிதனின் ஞானமும் உப்பிப்புடைத்த கன்னங்களும், பொருத்த சங்கதியும் அவருடைய காதுகளுக்குள் மீண்டும் ஒலிபரப்பாகி கடலலைகளைப் போல இதயத்துக்குள் உயர எழுந்தன. காரகல்லாவில் எய்டா நாடகமும் அவர்கள் பார்த்தார்கள், மந்திரவாதிகளைப் போல ஹார்லெம் குளோப்டிராட்டர்ஸ்[7] கூடைப்பந்து விளையாடுவதையும். தன் தந்தையோடு சேர்ந்து அவர் தொழுகச் சென்ற மசூதியில் அவள் அப்பா இமாமாக இருந்தார். பார்வைகள் பரிமாறின, பிறகு புன்னகைகள் வந்தன, பிறகு இறுதியாக சந்திப்புகளும் சத்தியப் பிரமாணங்களும், அதற்கும் பிறகு கடைசியாகத் திருமணமும். அமெரிக்காவில் இருந்து திரும்பியதற்குப் பிறகு, பல்கலைக்கழகம் வழங்கிய அறைகலன்களுடனான குடியிருப்பில் வசித்தார்கள், அவள் கலைத்துறையில்பாடம் நடத்த அவரோ பொருளியல்துறையில் சேர்ந்தார். ஏழு வருடங்களுக்கு முன்னால் அவர் பேராசிரியர் ஆக்கப்பட்டார், அவரது புத்தகங்கள் யாவும் வெளியிடப்பட்டன. இமாத்துக்குத் திருமணம் முடிந்து இரு மகன்கள் இருந்தனர், கௌலாவுக்கும் கூட செய்தியமைப்பு ஒன்றின் தலைமையில் இருந்தவரோடு திருமணம் ஆகியிருந்தது. கஸன் கட்டிடப் பொறியியல் படித்துக் கொண்டிருந்தான், ஆனால் அவன் கலைகளையும் நேசித்தான், அத்னான் மற்றும் மே மற்றும் பட்டம் வாங்கியதும் இவ்வுலகை மாற்றுவோம் எனும் கனவோடிருந்த அத்தனை ஆண்களுக்கும் பெண்களுக்கும் அவன் நண்பனாயிருந்தான்.

அவர் மனைவி பதற்றத்தோடு அவரைப் பார்த்துக் கொண்டிருந்தாள்.

"உங்களுக்குப் பயமாயிருக்கிறதா?" அவள் முணுமுணுத்தாள்.

அவர் தனது உதடுகளைக் கீழ்ப்புறம் பிதுக்கினார்.

"எதைப் பற்றி?"

அவருடைய பயத்தையுணர்ந்து அவள் அவருக்காக ஒரு பாத்திரம் நிறையக் குளிர்நீரைக் கொண்டு வந்தாள், ஆக அவருக்குப் பிடித்தது போல, அவருடைய பாதங்களை அதற்குள் அமிழ்த்தி வைக்கலாம். தனது பாதங்களை அதற்குள் அமிழ்த்தியபோதும், மனதுக்குள் ஒவ்வொரு வரியாக தன்னுடைய உரையைப் பற்றித்தான் அவர் யோசித்துக் கொண்டிருந்தார்: முதல் பக்கம், நான்காவது, எட்டாவது, அந்தக் கடைசி பத்தி... தன் மனைவி எந்தவொரு வார்த்தையும் பேசாமல் தன்னைப் பார்த்துக் கொண்டிருப்பதையும் அவர் கவனித்தார் - அன்று நாள் முழுதும் மறுநாளும் அவளதைத் தொடர்ந்தாள், நேரடியாகவோ அல்லது மறைமுகமாகவோ, ஒவ்வொரு ஒலியையும் கூர்ந்து கவனித்தவாறு.

தொழில்முறை விபச்சாரத்தையும் அரசியல் விவாதத்தையும் தன் வாழ்நாள் முழுக்க அவர் கவனமாகத் தவிர்த்து வந்திருந்தார். யதார்த்தமான முறையில் பொருளாதாரத்தைச் சொல்லித் தர வேண்டுமென்று அவர் தீர்மானித்தார், அதன் அர்த்தம் யாதெனில் தேசத்தின் வருவாய் குறித்து மாணவர்களுக்குச் சொல்வதென்பது வெறும் கொள்கைநிலை ஆய்வாக மட்டும் இருக்காது, மாறாக தேசத்தின் வருவாயைத் தீர்மானிக்கும் காரணிகள் பற்றிய நடைமுறை ஆய்வாகவும், வளர்ச்சி மற்றும் வளர்ச்சிக்குறைபாடுகளுக்கான அடிப்படைக் காரணங்களோடும் இருக்கும். சந்தை இயங்குமுறைகளைக் குறித்த பாடமென்பது தொடர்ச்சியான அரசாங்க இடையூறுகளின் பொருட்டு இந்தக் குறிப்பிட்ட பிரிவில் நிலவும் தேசத்தின் செயலற்றத்தன்மையை அழுத்திச் சொல்வதாகவும் இருந்தது. தரவுகளின் போதாமை காரணமாக பொருளாதாரக் கணிதப் புள்ளியியலால் எந்தப் பயனும் இருக்கவில்லை. உற்பத்தி பற்றிய பாடமும் உபரி வருவாய் எவ்வாறு பங்கிடப்படுகிறது என்கிற கருத்தாக்கத்தை நோக்கியே அழைத்துச் சென்றது.

வாழ்க்கை எத்தனை சிறியதென்பதை இந்த இளைஞர்கள் தெரிந்து கொள்ள வேண்டும். நிச்சயம் இதுவே அவர்களுக்கான வாய்ப்பு. ஆகச்சிறந்த பல்கலைக்கழகங்களில் படித்தாலும், பிழைப்பு என்கிற கொடூரத் தேவையால் நசுக்கப்படுவோமெனில், அவரைப் போல அவர்களும் ஏன் கிடந்து சிரமப்பட வேண்டும்? வாழ்வதற்கென ஓர் இடத்தைத் தேடுவதில் தங்களின் வாழ்க்கை முழுவதையும் அவர்கள் தொலைக்க வேண்டுமா, எப்படியாகிலும் எந்தச் சரியான காரணமும் இன்றி, மிகவும் குழப்பமான சூழ்நிலைக்கு வந்திருக்கும் ஒரு

பிரச்சினை. நிலத்தின் விலை ஏன் குறைக்கப்படுவதில்லை, அனைத்து இளைஞர்களும் தங்களின் சம்பளங்களில் இருந்து தவணையில் பணத்தைச் செலுத்தி அவர்களுக்கான வீடுகளை வாங்கிக் கொள்ளலாமே? “நீங்கள் ஒரு பொருளாதார நிபுணர்,” ஒருநாள் நிதியமைச்சர் அவரிடம் சொன்னார், “ஏன் நீங்கள் இந்த வீட்டு பிரச்சினைகளை எழுதக்கூடாது?” “அது பொருளாதாரக் கொள்கையோடு தொடர்புடையதல்ல,” அவர் பதிலறுத்தார், “அது அரசியல் பிரச்சினை.” அந்நாள் முதல், வெவ்வேறு அமைச்சகங்கள் அல்லது அரசாங்க அமைப்புகள் என எதிலும் ஆலோசனைக்காக அவர் அழைக்கப்படவில்லை. அவர் மனைவியின் முறை அதற்குப் பிறகு வந்தது. அண்டைப்பகுதியின் நண்பரொருவர் வீட்டில் இரவுணவுக் கூடுகையில் இருந்தபோது இணக்கமான ஒரு காவல்துறை அதிகாரி அவளிடம் நகைச்சுவையாகக் கேட்டார், “செவ்வாய்க்கிழமைகளில் உங்களுடைய வீட்டில் நீங்கள் விவாதிக்கும் விசயங்களின் காரணமாகவே அத்னான் தற்கொலை செய்து கொண்டான், இல்லையா?” யாரேனும் ஒருவரின் மரணத்துக்குக் காரணமாயிருப்போம் என்று அவருக்கு ஒருபோதும் தோன்றியதில்லை.

பெய்ரூட் ஊடுருவலுக்குப் பிறகு, அத்தருணத்தை ஒட்டிய சில வினாக்களோடு அத்னானும் வேறு பல இளைஞர்களும் செவ்வாய்க்கிழமைகளில் அவர் வீட்டுக்கு வந்தார்கள், அவற்றுள் மிக முக்கியமானது யாதெனில், அராபிய அரசியல் தத்துவத்தின் பின்தங்கிய நிலை அந்த ஊடுருவலை ஆதரித்ததா என்பதே. இது குறித்த பல்வேறு அபிப்பிராயங்களின் மீதும், தாக்குதலின் போது 150 மில்லியன் அராபியர்கள் அதிசயமாக அமைதியாயிருந்த வினோத நிலைப்பாட்டின் மீதும், அவர் மனைவிக்கு கல்விப்புலம் சார்ந்து பலத்த ஈர்ப்பு உண்டாகியிருந்தது. உடல் ஆன்மா இரண்டும் கரைத்து கஸன் அவ்விசயத்தில் தன்னை ஈடுபடுத்திக் கொண்டான், பயங்கரமானக் குற்றங்களும் தீவிர குழப்பங்களும் கொண்ட இந்த சங்கதியைப் பற்றித் தான் எழுதவோ போராடவோ வேண்டுமென்பதாக உணர்ந்தான். கஸன் மற்றும் கௌலாவின் வயதையொத்த இளைஞர்கள் அந்தக் கூடுகைகளில் கலந்து கொண்டார்கள், பிற்பாடு அவர்களின் பார்வைக்கோணங்கள் பற்றி அவர் மனைவி அவரோடு விவாதிப்பாள். யாரும் யாருக்கும் ஜால்ரா அடிக்க விரும்பவில்லை; இளைஞர்களில் ஒருவன் அவளை நேராகக் கேட்டான், “பல்கலைக்கழகத்தில் இருந்து நீங்கள் என்ன சாதிக்கிறீர்கள்?” இமாத்தும்

அவன் மனைவியும் ஒரு புதிய அரங்கைக் கண்டுபிடிக்க விரும்பியிருக்கலாம், அதற்கு ஒருபோதும் சாத்தியமில்லை என்பதை அவர்கள் தெள்ளத்தெளிவாக அறிந்திருந்தாலும். பிறகும், சொன்னதையே திருப்பித் திருப்பிச் சொன்ன ஒரு பாலஸ்தீனியனும் இருந்தான், "எனக்குப் புரியவில்லை." ஒரு மாலை நேரத்தில், ஏதோ கூலிப்படையினரிடம் அவர்களை ஒப்படைப்பது போலமுகாம்களை இஸ்ரேலிய வீரர்கள் சுற்றி வளைப்பதைக் காட்டும் ஒரு தொலைக்காட்சி படத்தை அவர்கள் பார்த்துக் கொண்டிருந்தபோது - மிகச்சரியாக, பயங்கர ஆயுதந்தாங்கிய கும்பலும் வீண் தற்பகட்டு கொண்ட கொலைகாரர்களும் தனித்திருக்கும் ஒரு மெக்ஸிக கிராமத்தை அதை கொள்ளையடிக்கவும் எரிக்கவும் கொலைகள் புரியவும் சூழ்வதைப் போல - கட்டுப்பாடிழந்த, அச்சம் நிறைந்த கண்களோடு அந்த பாலஸ்தீனியன் நாற்காலியில் இருந்து துள்ளிக் குதித்தெழுந்தான், பிறகு வேகமாகச் சுவரினருகே சென்று அதன் மீது தொங்கிய ஓவியங்கள் கீழே விழுமளவுக்கு மிகுந்த விசையோடு அதை அடிக்கத் தொடங்கினான்.

அதன்பிறகு கூடுகைகள் குறைந்து போயின, எதிர்வினைகளைத் தவிர்க்கும் பொருட்டு. அரசியல் அல்லது ஆட்சிமுறை சார்ந்த பணிகளை எப்போதும் அவர் தவிர்த்தார், அரசாங்க ஊழல் அல்லது பட்டவர்த்தனமாகத் தெரியும் இன்ன பிற சங்கதிகளின் மீது கவனத்தை ஈர்க்கக்கூடியவற்றில் ஈடுபடாமல் இருப்பதற்கே அவர் முன்னுரிமை அளித்தார். உடலையும் ஆன்மாவையும் எந்தச் சிக்கலுமில்லாமல் பார்த்துக் கொள்வதில் அவர் கவனமாயிருந்தார்.

அந்த ஞாயிற்றுக்கிழமை காலையில், அவர் தன் அறைக்குச் சென்றார், தனது நீலநிற மேற்சட்டையை அணிந்து, நீலப்புள்ளிகள் வைத்த கைக்குட்டையை தனது ஜேப்பிக்குள் வைத்துக் கொண்டு, கழுத்துப்பட்டைக்கு முடிச்சிட்டார். ஆடியில் தெரிந்த தன்னுடைய பிம்பத்தைப் பார்த்தார், எப்போதும் அவர் செய்வதைப் போல, தனது மீசை எத்தனை நேர்த்தியாகவும் ஒழுங்காகவும் இருக்கிறதென்பதை நோட்டமிட்டார்.

தனது மகிழுந்தில் ஏறி அவர் பல்கலைக்கழகத்துக்குக் கிளம்பினார். இதோ இங்குதான் உள்ளன, அதே கட்டிடங்களும், அதே சாலைகளும் வழிகாட்டிப் பலகைகளும், அதே மனிதர்களும்: செய்தித்தாள் விற்பவர்கள், காய்கறி விற்பவர்கள்,

வேகமாக விரையும் ஓட்டுனர்கள், அவர்களின் தாடி மற்றும் உடைகளால் அடையாளங்காணக்கூடிய மதகுருமார்களும். ஒரு மகிழுந்து தன்னைத் தொடர்கிறதோ எனும் உணர்வு அவருக்கு இருந்தது; மேலும் பல்கலைக்கழகத்தில் வழக்கமான இடத்தில் வண்டியை நிறுத்தியபோது, அந்த மற்ற மகிழுந்தும் அருகாமையில் வந்து நின்றதைத் தான் கண்டதாகவும் உணர்ந்தார். பல்கலைக்கழக வாயிற்கதவுகளின் வழியே அவர் நடந்தார், அங்கு தன் தானியங்கித் துப்பாக்கியோடு நின்றிருந்த காவலனைக் கடந்து, வணிகவியல் கல்லூரியை நோக்கி மெல்ல நடந்து சென்றார். அவரையறிந்த மாணவர்கள் அவர் கடந்து போனபோது தங்களின் உரையாடல்களை நிறுத்தி மரியாதையோடு அவருக்கு வழி ஏற்படுத்திக் கொடுத்தார்கள். இரண்டாவது மாடியிலிருந்த பொருளியல்துறைக்கு அவர் மேலே ஏறிச் சென்றார் (நீலச்சட்டையணிந்த ஒரு மனிதனின் கண்காணிப்புக்குக் கீழ், அவருணர்ந்தார், அந்த மகிழுந்தில் இருந்த மற்றொரு மனிதனைப் போலவே) பிறகு கைப்பிடிச்சுவரின் மீது சாய்ந்து கல்லூரியின் முற்றத்தைப் பார்த்தார், தங்களுடைய புத்தகங்களோடும் கோப்புகளோடும் ஆசிரியர்களும் மாணவர்களும் அங்கே குறுக்கும் நெடுக்குமாக அலைந்து கொண்டிருந்தனர். அவர்களைக் காண அவர் விரும்பவில்லை. விரிவுரை அரங்கிற்குப் போக அவர் திரும்பினார், பிறகு, இரண்டு எட்டுகளுக்குப் பிறகு, மறுபடியும் திரும்பினார், மீண்டும் கைப்பிடிகளில் சாய்ந்து, கண்களை மூடிக் கொண்டார். இல்லை, அவர்களைக் காண அவர் விரும்பவில்லை. கடைசி எக்காளத்தைத் தான் ஊத வேண்டுமென்று அவர் விரும்பினார், ஓர் இந்திய மாயாஜாலக்காரனின் புல்லாங்குழலைத் தான் ஊத வேண்டுமென்று அவர் விரும்பினார், தன் கையில் ஒரு நீண்ட சாட்டை இருக்க வேண்டுமென்று அவர் விரும்பினார், அவர்கள் சமைக்கும் பொய்களை வெளிக்கொணர மோசஸின் கைத்தடி தன்னிடம் இருக்க வேண்டுமென்றும் அவர் விரும்பினார். தனது பற்களை பயங்கரமாகக் கடித்து புருவங்களை நெரித்தார்.

காவல் நிலைய வாசலில் நின்றிருந்த ஹாத்திம் மிதமிஞ்சிய மரியாதையோடு அவரை வரவேற்றான், தனது கடிகாரத்தைப் பார்த்தபடி. "துல்லியமாக ஒரு மணி," என்றான். "நீங்கள் தாமதிப்பீர்களோ என்கிற பயம் எனக்கிருந்தது." இரண்டாவது மாடிக்குச் செல்லும் படிகளுக்கு அவன் அவரை வழிநடத்திப் போனான், அத்தனை நேரமும் மிக இனிமையாகப் பேசியவாறே.

“உங்களைத் தொந்தரவு செய்ய நேர்ந்ததற்கு வருந்துகிறேன், டாக்டர், இது மதியவுணவு நேரமென்று எனக்குத் தெரியும். இன்று உங்கள் பிறந்தநாளென்று ஹிஷாம் என்னிடம் சொல்கிறான். உண்மையா?” மெல்ல அவர்கள் ஹாத்திமின் சிறிய, சுத்தமான அறைக்கு நடந்து சென்றார்கள். அகலமான சாளரத்தையும் மேற்புற-கண்ணாடியோடு இருந்த ஓர் மேசையையும் அது கொண்டிருந்தது, மேசையின் மீது அவன் குழந்தைகளின் புகைப்படமும் மூன்று தொலைபேசிகளும் இருந்தன, அதற்குப் பின்னாலிருந்த சுவர் பொன்னிறச் சட்டம் போட்ட பெரிய வண்ண ஓவியத்தால் அலங்கரிக்கப்பட்டிருந்தது. “தயைகூர்ந்து உள்ளே வாருங்கள்,” என்றான் ஹாத்திம். “நீங்கள் தேநீர் அருந்த விரும்புவீர்களா அல்லது காபியா?”

மேசைக்குப் பக்கவாட்டில் இருந்த நாற்காலியில் அவர் அமர்ந்தார், ஹாத்திம் அதற்குப் பின்னால் உட்கார்ந்தான், ஒரு மணியை அடித்து, காபி கொண்டு வரப் பணித்தான். பிறகு அவன் ஹிஷாமை உள்ளே அழைத்தான், சிறிது சங்கடத்தோடும் அபரிமிதமான மரியாதையோடும் ஹிஷாம் டாக்டருக்கு முகமன் கூறிய பிறகு, அவனை அங்கேயே உட்கார்ந்து நடவடிக்கைகளைப் பதிவு செய்யுமாறு அறிவுறுத்தினான்.

“நாம் தொடங்கலாம், அப்படித்தானே, டாக்டர்?” என்றான் ஹாத்திம். “உங்கள் பெயர்?”

“அஹமத் மன்சூர்.”

“தயைகூர்ந்து, உங்கள் முழுப்பெயர்.”

“அஹமத் ‘அப்துல்-லத்திஃப் மன்சூர் ‘அப்துல்லா.”

“உங்கள் வயது?”

“ஐம்பத்து இரண்டு.”

“உங்கள் தந்தை எங்கு பிறந்தார்?”

“அல்-ரூஹயபிய்யேவில்.”

“எனில் நீங்கள் எங்கு பிறந்தீர்கள்?”

“சையர்ஸில்.”

“ஏன்?”

“ஏன் என்றால் என்ன அர்த்தம்?”

“அதாவது, உங்கள் தந்தை சையர்ஸில் பணிபுரிந்தாரா அல்லது அங்கு அடிக்கடி வந்து போவாரா?”

“அவர் அங்கு பணிபுரிந்தார்.”

“உங்கள் அம்மாவின் பெயர் என்ன?”

“என் அம்மாவா?”

“ஆம், உங்கள் அம்மா.”

“காதிஜா.”

“தயைகூர்ந்து, அவர்களின் முழுப்பெயர்.”

“காதிஜா ‘அப்துல்லா.”

“அவர் தாத்தாவின் பெயர்?”

“அவர் தாத்தாவின் பெயர்!”

”ஆம், அவருடைய பெயர்.”

“அது எனக்குத் தெரியுமா என உறுதியாகத் தெரியவில்லை. ஃபௌத் என்று நினைக்கிறேன்.”

“உங்கள் தந்தை எப்போது பிறந்தார்?”

“எனக்கு நினைவில்லை.”

“உங்களுக்கு நினைவில்லையா?”

“இல்லை, எனக்கு நினைவில்லை, ஆனால் பிற்பாடு என்னால் உங்களுக்குத் தேதியைச் சொல்ல முடியும். என்னிடம் அது குறித்த ஆவணம் இருக்கிறது.”

“பிறகு உங்கள் அம்மா, எங்கே எப்போது அவர் பிறந்தார்?”

“என்னை மன்னியுங்கள், ஆனால் இந்தத் தகவல்களையெல்லாம் நீங்கள் கேட்பீர்களென்று நான் எதிர்பார்க்கவில்லை. ஆனால் பிற்பாடு என்னால் அவற்றைக் கொண்டு வந்து தர முடியும்.”

“நாளைக்கு நீங்கள் அவற்றைக் கொண்டு வந்து தர வேண்டுமென்று விரும்புகிறேன். அவற்றை முக்கியமென்று நீங்கள் கருதாமலிருக்கலாம், ஆனால் உண்மையில் அவை ரொம்பவே இன்றியமையாதத் தகவல்களாகும். நாமனைவருமே முடிந்தவரைக்கும் சீக்கிரமாக மதியவுணவைச் சாப்பிட

விரும்புகிறோம், ஆக நேரே விசயத்துக்கு வருவோம். உங்கள் தந்தை எங்கு பணிபுரிந்தார்?"

"அவர் வரிஅலுவல் அதிகாரி, வெவ்வேறு நகரங்களில் பணியமர்த்தப்பட்டார். அவர் இறந்தபோது, இருபது வருடங்களுக்கு முன்பு, அவர் இங்கே சையர்ஸில் பணிபுரிந்து கொண்டிருந்தார்."

"பிறகு உங்கள் அம்மா. அவர் என்ன வேலை பார்த்தார்?"

"என் அம்மா?"

"ஆம், உங்கள் அம்மா."

"என் அம்மா வேலையேதும் பார்க்கவில்லை. அவர் வீட்டைப் பார்த்துக் கொண்டார்."

"உங்கள் அப்பாவுக்கு விசேசமான பொழுதுபோக்குகள் ஏதும் இருந்தனவா?"

"விசேசமான பொழுதுபோக்குகள்?"

"ஆமாம், பொழுதுபோக்குகள்."

"எதையும் நினைவுகூர எனக்கு இயலவில்லை. மாலைநேரங்களில் அவர் நண்பர்களோடு சேர்ந்து அமர்ந்திருப்பார், இப்ன் அல்-அஹ்னஃப் வீதியில் உள்ள பெரிய பெராடி அருந்தகத்தில்."

"அது மட்டும் தான் அவருடைய ஒரே பொழுதுபோக்கா?"

"பொழுதுபோக்கு என்பதைக் காட்டிலும் அது அவரின் பழக்கமாக இருந்தது. அவருக்கு எந்தப் பொழுதுபோக்குகளும் இருந்ததில்லை."

"எதுவுமே கிடையாதா?"

"எனக்குத் தெரியாது."

"அவரோடுதானே நீங்கள் வாழ்ந்தீர்கள்?"

"ஆம், உறுதியாக அவரோடுதான். ஆனால் எனக்கு எந்தப் பொழுதுபோக்கைப் பற்றியும் தெரியாது."

"எனில் உங்கள் அம்மாவுக்கு?"

"என்ன சொல்கிறீர்கள்?"

"அவருக்கு எந்தப் பொழுதுபோக்குகளும் இருந்ததில்லையா?"

"உங்கள் அம்மாவுக்கு ஏதும் பொழுதுபோக்குகள் இருந்தனவா, திரு.ஹாத்திம்? எதற்காக இந்தக் கேள்விகள் எல்லாம்?"

"தயைகூர்ந்து கேட்டதற்கு மட்டும் பதில்."

"எதற்கு மட்டும், திரு.ஹாத்திம்? என் பெற்றோரின் பொழுதுபோக்குகளா?"

"தயைகூர்ந்து எங்கள் வேலைகளைச் செய்ய எங்களை அனுமதியுங்கள் டாக்டர்."

"நான் உங்களைத் தடுக்கவில்லை, ஹாத்திம். ஆனால் இந்தப் பொழுதுபோக்குகள் குறித்தெல்லாம் எதற்கு?"

"அவையெல்லாம் முக்கியமில்லை என்று சொல்ல வருகிறீர்கள்?"

"உண்மையிலேயே அவற்றுக்கு எந்த முக்கியத்துவமும் இல்லை. உங்களுக்கு என்ன வேண்டுமென்று என்னால் புரிந்து கொள்ள முடியவில்லை. நான் இங்கு வந்தால் எனது உரைகள் குறித்து உரையாடலாம் என்று விரும்பினீர்கள், ஆனால் தற்போது என் அப்பாவின் பிறந்தநாளைக் கேட்கிறீர்கள்!"

"நிதானத்தை இழக்காதீர்கள், டாக்டர். என்னால் பொருளியிலைப் புரிந்து கொள்ள முடியாது. விசாரணைகளை நீங்கள் புரிந்து கொள்ள முடியுமென்று நினைக்கிறீர்களா?"

"விசாரணைகள் குறித்து எனக்குத் தெரியுமென்று நான் எதுவும் சொல்லவில்லை. நான் சொன்னது என்னவென்றால்..."

"நீங்கள் என்ன சொன்னீர்கள் அல்லது நான் என்ன சொன்னேன் என்பதற்குள் எல்லாம் நாம் போக வேண்டியதில்லை. என்னோடு ஒத்துழைக்க நீங்கள் தயாராக இல்லாத பட்சத்தில், வேறொரு அதிகாரியிடம் உங்கள் கோப்பைத் தள்ளி விட நான் விருப்பங்கொண்டவனாகவே இருக்கிறேன். உங்களுக்கு உதவ விரும்பினேன். சற்றே முயற்சி செய்து உங்களுக்கு உதவ எங்களை அனுமதியுங்கள், டாக்டர்."

பேராசிரியர் எழுந்தார், தனது மேற்சட்டையின் பொத்தான்களைப் போட்டுக் கொண்டார், தொடர்ந்து ஒரு கைக்குட்டையை வெளியே எடுத்து அவருடைய புருவங்களில் வழிந்த வியர்வையைத் துடைத்தார். பிறகு அவர் ஹாத்திமைத் தீர்க்கமாகப் பார்த்தார்.

"அதுவொரு நல்ல யோசனை என்று நினைக்கிறேன்," அவர் சொன்னார். "நாம் இந்தக் கோப்பை வேறொரு அதிகாரியிடம் கடத்தி விடலாம்."

"அதற்கு அவசியமில்லை, டாக்டர். நான் என்ன சொல்கிறேன் என்றால், அவசரப்படாதீர்கள். நான் உங்களுக்கு உதவ விரும்புகிறேன். ஹிஷாமும் நானும் இருவருமே உங்களுக்கு உதவ விரும்புகிறோம். தயைகூர்ந்து அவசரப்படாதீர்கள்."

"என்னை மன்னியுங்கள், திரு.ஹாத்திம், ஆனால் இப்போது நான் போயாக வேண்டும். என்னால் இப்போதைக்கு இதைத் தொடர முடியாது. என்னை மன்னியுங்கள்."

"நீங்கள் சோர்வுற்றிருக்கிறீர்கள், டாக்டர். ஆனால் இந்த விசாரணையை நாம் முடித்து விட்டால் நன்றாயிருக்கும். இது வெறும் சம்பிரதாயம் மட்டுமே. இதைக் கொண்டு நீங்கள் எந்தப் பிரச்சினையையும் உருவாக்க மாட்டீர்கள் என நம்புகிறேன்."

"பிரச்சினை! என்னால் இனியும் இங்கிருக்க முடியாது."

ஹாத்திம் எழுந்து கொண்டான்.

"எனில் நாளைக்கு."

"சரி, வருகிறேன்."

"என்னை மன்னித்துக் கொள்ளுங்கள், டாக்டர். உங்களை அசிங்கப்படுத்துவது என் நோக்கமல்ல."

"தயவுசெய்து அப்படிச் சொல்லாதீர்கள், ஹாத்திம். என்னை நீங்கள் அசிங்கப்படுத்தியதாக நான் சொல்லவில்லை. தயவுசெய்து, நான் சொன்னதெல்லாம் உரைகளைப் பற்றி நீங்கள் எதுவும் கேட்கவில்லை என்பது மட்டுமே. தொலைபேசியில், அந்த உரைகளைப் பற்றி என்னோடு பேச வேண்டுமென்று நீங்கள் சொன்னதாகவே நான் நினைத்தேன்."

"நீங்கள் இத்தனை முன்கோபியாக இருப்பதற்கு நான் வருந்துகிறேன். ஆமாம், உரைகளைப் பற்றிப் பேச வேண்டுமென்று நான் சொல்லத்தான் செய்தேன், ஆனால் அது அத்தனை முக்கியமல்ல. நாம் விசாரணையை முடிக்கலாம். தயைகூர்ந்து நாம் விசாரணையை முடித்து விடலாம்."

"சரி, நாம் அதை முடிக்கலாம். ஆனால் தயவுசெய்து, ஹாத்திம், இப்போது என்னால் முடியாது."

வாசல் வரை ஹாத்திம் அவரை வழிநடத்தினான், அவரோடு கைகுலுக்கி, மறுநாள் அவரைச் சந்திக்க ஒத்துக்கொண்டான். விசாரணையைப் பதிவு செய்த ஹிஷாம், நீலநிறத்தில் உடையணிந்தவனாக, அவரோடு இணைந்து நடந்தான். பேராசிரியர் அவனைப் பார்க்காதது போலவே நடந்தார், ஆனால் அவர் தனது மகிழுந்தை நெருங்கிய கணம் ஹிஷாம் முன்னால் அடியெடுத்து வைத்தான்.

"இன்றே நாம் இதை முடித்திருக்கலாம், டாக்டர்."

பேராசிரியர் அவன் பக்கமாகத் திரும்பி அவனை அழுத்தமாகப் பார்த்தார்.

"நீ கஸனின் நண்பன், அப்படித்தானே?"

"ஆம், உண்மைதான். உங்களுக்கு என்னை நினைவிருக்கிறதா?"

"போன வருடம் நீ என்னுடைய மாணவனாகவும் இருந்தாய்."

"ஆம், உண்மைதான். உற்பத்திக் கோட்பாட்டை நான் உங்களிடம் கற்றேன்."

"பிறகு நீ இங்கு பணிபுரிகிறாய்?"

"ஆம், உண்மைதான். ஒரே நேரத்தில் படிக்கவும் பணிபுரியவும் செய்கிறேன்."

அவர் ஹிஷாமை ஊன்றிப் பார்த்தார், தனது குளிர்கண்ணாடிகளை வெளியே எடுத்து, இன்னும் அவனைத் தீர்க்கமாக ஆராய்ந்தவாறே, அதைத் தனது கண்களில் பொருத்தினார். பிறகு அவனை முகத்தில் பலமாக அறைந்தார், ஒருபுறமாகத் தள்ளி விட்டு, தன்னுடைய மகிழுந்தில் ஏறிக் கொண்டார். மகிழுந்தை அவர் முன்னால் நகர்த்தினார், பிறகு பின்புறமாகத் திரும்பி வந்தார், அதற்குள் காவலர்களுக்குள்ளும் கடந்து போனவர்களுக்கு மத்தியிலும் பெரும் அமளி உண்டாகியிருந்தது.

வண்டியை நிலையத்தை நோக்கி ஓட்டினார், அவர் மனைவிக்கு மிகப்பிடித்த ஷவர்மா கடை அங்கிருந்தது. ஒவ்வொரு வாரயிறுதியிலும் இங்கிருந்து கிளம்பித்தான் அவர்கள் இமாத்தின் வீட்டுக்குப் போவார்கள், அதாவது, முன்பொரு காலத்தில், ஒவ்வொரு வாரயிறுதியிலும் தூய்மையான மலைக்காற்றுக்காக சிகாகோவைச் சுற்றியிருந்த அத்தனை காடுகளுக்கும் ஏரிகளுக்கும் - அங்குதான்

அவர்கள் படித்தார்கள் - அவர் தன் மனைவியை வண்டியில் அழைத்துச் சென்றதைப் போலவே. சில சமயங்களில் அவளை நயாகராவுக்குக் கூட்டிப்போவார், ஏனென்றால் அவளுக்கு நீர்வீழ்ச்சிகளைப் பிடிக்கும். ஒரு நொடி அவர் ஷவர்மா நிறுத்தத்தில் தயங்கி நின்றார், பிறகு தன்னுடைய மகிழுந்துக்குள் நுழைந்து வீட்டுக்குக் கிளம்பினார். அவளை அவரறிந்த காலம் முழுக்க, அவரை எரிச்சலூட்டும் எதையும் அவள் செய்ததில்லை. ஓர் உடையைக்கூட அவர் அவளை அதில் பார்த்தபிறகு அதை அவள் அணிந்திருப்பது அவருக்குப் பிடித்தால் மட்டுமே வாங்குவாள். கறுப்பு ரோஜாக்கள் பூத்த அந்த மஞ்சள் உடையில் அவள் எத்தனை அழகாயிருந்தாள், அடர்த்தியான அந்தப் புருவங்களோடும் அவளுடைய நீண்ட கழுத்தோடும்! இடுப்புப்பகுதியில் திறந்த வட்டங்களோடிருந்த வெண்ணிற ஆடையிலும், அவர்களுக்குத் திருமணமான முதல் வாரம் ரோமில் ஒரு பந்தயத்தில் தோற்ற பிறகு அவளுக்கு அவர் அதை வாங்கித் தந்தார்! எத்தனை மென்மையாக அவள் அவரைப் பார்ப்பாள், அவர் தவறு செய்யும்போதெல்லாம் எப்படி அவள் அவரைப் பார்த்து மெல்லக் கண்களைச் சிமிட்டுவாள்!

அவர் வீட்டுக்கு வந்தபோது, அவள் அவருக்காக வாசலில் காத்து நின்றாள்.

"எல்லாம் எப்படிப் போனது?" அவள் கேட்டாள், அழுத்தமாக அவரை உற்றுப் பார்த்தவாறு.

அவர் தலையைக் கோபமாக ஆட்டினார்.

"உன்னால் யோசிக்க முடிந்ததைக் காட்டிலும் மோசமாக."

அவள் கதவை மூடினாள்.

"சில நிமிடங்களுக்கு முன்னால் டாக்டர் யாஹ்யா என்னை அழைத்தார்," என்றாள், "விசாரணை அதிகாரியோடு உங்களுக்குப் பிரச்சினை ஆனதாக அவர் சொன்னார். அதிகாரியை நீங்கள் அறைந்து விட்டு ஓடிப் போனதாகவும் என்னிடம் சொன்னார். அது உண்மையா?"

அவளுக்கு எதிரேயிருந்த நாற்காலியில் அவர் அமர்ந்தார்.

"இல்லை, அதில் உண்மையில்லை. நான் அறைந்தது ஹிஷாமை - கஸனின் நண்பன். உனக்கு அவனை நினைவிருக்கிறதா? போன வருடம் உன்னுடைய கூடுகைகளுக்கு அவன் வந்தான்

என்று நினைக்கிறேன் - நீலக்கண்களைக் கொண்ட உயரமான பையன்."

"அவன் அங்கிருந்தானா?" அவள் கேட்டாள்.

"ஆம், அவன் காவலர்களுக்கு வேலை பார்க்கிறான்."

"என்ன!"

"உண்மைதான்."

"என்னால் இதை நம்ப முடியவில்லை!"

"உனக்கு நான் விசாரணையைப் பற்றிச் சொல்லட்டுமா?" அவர் கேட்டார்.

அவர் அவளிடம் சொல்லச் சொல்ல, அவள் நாற்காலியில் சாய்ந்து அமர்ந்தாள், கோபமுற்ற கண்களால் அவரை வெறித்தபடி.

"ஆக இப்படித்தான் அது நடந்தது!" என்றாள்.

"அப்படித்தான்."

"ஓவியர் நபில் சலீமுக்கும் அவர்கள் இதைத்தான் செய்தார்கள்," அவள் சொன்னாள். "இரண்டு வருடங்கள் அவருக்கு வேலை இல்லாமல் இருந்ததோடு தினமும் அவர் அங்கு போகும்படி ஆனது; சம்பந்தமேயில்லாத விசயங்களைப் பற்றிய கேள்விகளை அவர்கள் அவரிடம் கேட்டார்கள், மேலும் அதற்கு முன்பு அவர்கள் கேட்காத தரவுகளைக் கேட்டு ஒவ்வொரு முறையும் விசாரணையை தள்ளிப் போட்டவாறே இருந்தார்கள்."

"என்னிடம் செய்வதைப் போல," அவர் சொன்னார்.

கையால் அவள் தனது வாயில் அடித்துக் கொண்டாள்.

"என்னால் நம்ப முடியவில்லை!"

"ஆனால் அது அப்படித்தான் இருக்கிறது," என்றார், தலையை அசைத்தவாறே தனது மீசையைத் தடவியபடி.

அடர்த்தியான, கீழே சிந்திராத கண்ணீர்த்துளிகளால் அவளுடைய கண்கள் மூடுண்டன, பிறகு அவரை ஆற்றுப்படுத்தும் முயற்சியாக அவள் அவரிடம் கேட்டாள்,

“மதியவுணவுக்கு முன்னால் உங்கள் பாதங்களுக்குச் சிறிது குளிர்நீரைக் கொண்டு வரட்டுமா?”

தனது அறைக்குப் போகும் வழியில், உணவுக்கூடத்தில் வைக்கப்பட்டிருந்த பதார்த்தங்கள் அனைத்தையும் அவர் கண்டார், பெரும்பாலும் அவருக்குப் பிரியமான உணவுவகைகள், அவற்றைச் சமைத்தது கௌலாவாயிருக்கலாம், அல்லது இமாத்தின் மனைவியாகவும். அவரது பிறந்தநாளைக் கொண்டாட மாலை அவர்களனைவரும் வருவதாயிருந்தது, தங்களின் குழந்தைகளோடு. மேற்சட்டையையும் கழுத்தணியையும் கழற்றி விட்டு அவர் குளியலறைக்குச் சென்றார், அங்கு குளிர்நீரால் தனது முகத்தையும் கழுத்தையும் கழுவினார், பிறகு கவனமாகத் தனது கழுத்தை ஆராய்ந்தார்.

தன்னுடைய துப்பாக்கியை வைத்திருந்த இழுப்பறையைத் திறந்தார், பிறகு, இன்னும் ஆடியின் முன்னால் நின்றவாறே, அவர் அதைத் தோட்டாக்களால் நிறைத்து பாதுகாப்புப் பொறியை விடுவித்தார். பிறகு அவர் துப்பாக்கியைத் தனது கழுத்துக்கு உயர்த்தினார், தினசரிச் சவரத்தின்போது தான் செய்வது போல சதையை இழுத்துப் பிடித்தவாறு, அத்னானின் தற்கொலையின் போது அவர் அடையாளம் கண்டுகொண்ட குறிப்பிட்ட இடத்தில் மெல்லத் தடவினார். பிறகு அவர் குதிரையைச் சுண்டினார்.

◆◆◆

அடிக்குறிப்பு:

1982-ன் கோடைகாலத்தில் இஸ்ரேலியத் துருப்புகள் லெபனான் போரின் ஒரு பகுதியாக அந்நாட்டின் தலைநகர் பெய்ரூட்டைத் தாக்கின. ஐக்கிய நாடுகள் சபை அறிவித்த போர்நிறுத்தத்தை மீறி இத்தாக்குதல் நிகழ்ந்தது. கிட்டத்தட்ட ஏழு வாரங்கள் நீண்ட முற்றுகைக்குப் பிறகு பாலஸ்தீனிய விடுதலை இயக்கம் லெபனானை விட்டு வெளியேறியது. போரில் ஆயிரக்கணக்கான அப்பாவி குடிமக்கள் கொன்று குவிக்கப்பட்ட சூழ்நிலையில் அராபிய நாடுகள் பலவும் அமைதியாயிருந்தது இன்றளவும் வரலாற்றில் ஒரு மாபெரும் பிழையாகவே கருதப்படுகிறது.

குறிப்புகள்:

1. கூஃபிக் (Kufic) – ஒரு வகை அராபிய எழுத்து வடிவம். அனேகமும் குரானைப் படியெடுக்கவும் அலங்காரத்துக்காகவும் பயன்படுத்தப்படுகிறது.
2. கொலீசியம் (Coliseum) – மாபெரும் சண்டை அரங்கம்.
3. டிவொலி கார்டன்ஸ் (Tivoli Gardens) – டிவொலி நகரில் வில்லா டி'எஸ்டேவைச் சுற்றி அமைந்திருக்கும் பூங்காக்கள்.
4. வில்லா டி'எஸ்டே (Villa d'Este) – பதினாறாம் நூற்றாண்டைச் சேர்ந்த பழமையான மாளிகை.
5. ஸ்பானியப் படிக்கட்டுகள் (Spanish Stairs) – ரோமிலுள்ள ட்ரினிட்டா டேவ் மோண்டி தேவாலயத்துக்கு இட்டுச்செல்லும் படிக்கட்டுகள்.
6. எகிப்திய சதுரஸ்தூபி (Egyptian Obelisk) – உயரமான, நான்கு பக்கங்கள் கொண்ட ஸ்தூபிகள். அவற்றின் உச்சியில் பிரமிட் வடிவமிருக்கும். சூரியக்கடவுளான "ரா"வை இவை உருவகப்படுத்தின.
7. ஹார்லெம் குளோப்டிராட்டர்ஸ் (Harlem Globetrotters) – அமெரிக்காவைச் சேர்ந்தவர்கள். போட்டியாக அல்லாமல் கண்காட்சிக்காக கூடைப்பந்து ஆடும் புகழ்பெற்ற அணி.

CONSUME!
CELEBRITY
SCANDAL!
SEX TAPES!
DROOKER

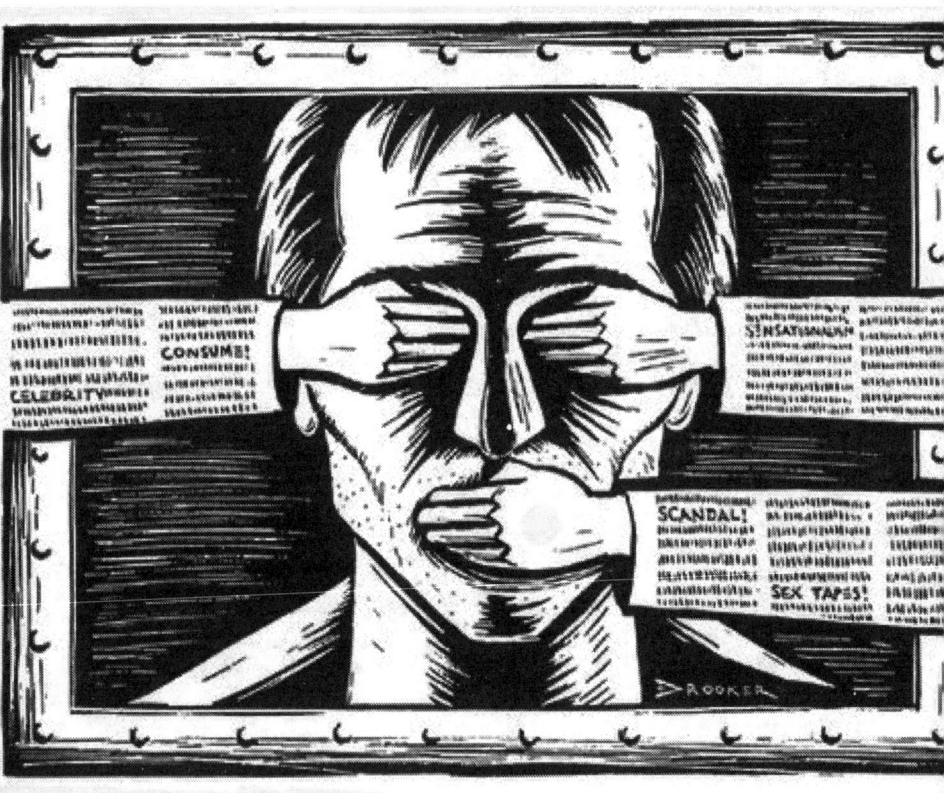

'அப்த் அல்-ஹமீத் அஹ்மத் (Abd al Hamid Ahmed) (1957)

ஐக்கிய அறபு அமீரகத்தைச் சேர்ந்த சிறுகதை எழுத்தாளர். 1973 முதல் எழுதி வருகிறார். இளநிலைக் கல்வி வரை மட்டும் பயின்றிருந்தாலும் கூட தனது வாசிப்பின் வழியே பரந்த இலக்கிய அறிவைப் பெற்றவர். ஐக்கிய அறபு அமீரக எழுத்தாளர்கள் சங்கத்தின் தலைவராகப் பல வருடங்கள் இருந்திருக்கிறார். தற்போது அமீரகத்தின் புகழ்பெற்ற ஆங்கிலப் பத்திரிகையான 'Gulf News'-ன் முதன்மை ஆசிரியராகப் பணியாற்றுகிறார். எண்ணெய் வளம் கண்டுபிடிக்கப்பட்ட காலகட்டமும் அது கொணர்ந்த திடீர் செல்வமும் அராபிய வளைகுடாவில் உண்டாக்கிய மாற்றங்கள் குறித்து அஹ்மத்துக்கு நிறைய கவலைகள் உண்டென்பதை அவரது கதைகளின் வழி அறிகிறோம். அவருடைய முதல் சிறுகதைத் தொகுப்பான Swimming in the Eye of a Savage Gulf 1982-லும் இரண்டாவது சிறுகதைத் தொகுப்பான The Alien Farmer 1987-லும் வெளியாயின.

அயல் விவசாயி

[1]

ஏழைகளுக்கான குடிசைகள் கட்டப்பட்டிருந்த ஒதுக்குப்புறமான பகுதிக்குத் தெற்கே ஒரு மேட்டுப்பகுதியின் மீது நின்றிருந்த குடிலைச் சுற்றி ஆண்கள், பெண்கள் மற்றும் குழந்தைகளின் கூட்டம் கூடியிருந்தது. மூக்குகளை இறுகச் சுற்றி மூடிய ஆண்கள், பீதியுற்ற குழந்தைகள், அழுதபடி உரத்த ஒப்பாரிக்குள் தொலைந்த பெண்கள்.

ஒரு குரல் கேட்டது: "கதவு பூட்டப்பட்டிருக்கிறது."

மற்றொரு குரல்: "நாற்றம் மிக மோசமாயிருக்கிறது, தாங்க முடியவில்லை."

மூன்றாவது குரல்: "செத்த எலியைப் போல நாறுகிறது."

சூரியன் கொதித்துக் கொண்டிருந்தது. வெந்தணலைப் போல் சூடாகயிருந்தது மணல். அனைவரின் முகங்களிலும் வழியும் வியர்வை. இன்னுமதிக மக்கள் குடிலை நெருங்க, அங்கு கூச்சல் அதிகரித்து ஆரவாரமும் தீவிரமடைந்தது. மனிதவுடல்களின் வியர்வையோடு கலந்த வெப்பமான மூச்சின் வாடையை விடவும், குடிலில் இருந்து வந்த நாற்றம் ஒரு வினோத விளைவைக் கொண்டிருந்தது, மிதமிஞ்சிய நெடியோடு, கூர்மையானதாகவும் எரிச்சலூட்டுவதாகவும்.

ஒரு குரல் சொல்வதைக் கேட்க முடிந்தது, "இது மாரிஷ்ஷின் குடில்தானே, இல்லையா?"

மற்றொரு குரல்: "ஆனால் மாரிஷ் இதைக் கைவிட்டு எங்கோ கிளம்பிப் போய் விட்டான்."

ஒரு பெண்ணின் குரல்: "தான் திரும்பவும் ஓமானுக்குப் போவதாக அவனே என்னிடம் சொன்னான்."

மற்றொரு குரல்: "என்றால், தன்னுடைய குடிலை அவன் யாரிடம் விட்டுப் போனான்?"

"அனேகமாக அது அந்தக் கழுதையாயிருக்கலாம் - அவனுடைய கழுதை."

யாரோ சொன்னார்கள், "எல்லாமே ரொம்ப விசித்திரமாக இருக்கிறது."

முதலில் பேசியவன் பதிலறுத்தான், "மாரிஷ் தனது கழுதையை விட்டுப் போயிருக்க மாட்டான். நிச்சயம் அவனதைத் தன்னோடு அழைத்துச் சென்றிருப்பான்."

ஆண்கள் தங்களின் மூக்குகளைச் சுற்றியிருந்த துணிகளை இன்னும் இறுக்கிக் கட்டினார்கள். உணர்வுக் கொந்தளிப்புகளும் அருவருப்பு நிறைந்த முணுமுணுப்புகளும் அங்கு நிலவின.

"ஓவ்! என்ன மாதிரி நாற்றம் அது?"

இத்தனை கூச்சலுக்கும் குழப்பத்துக்கும் மத்தியில் ஒரு குழந்தை அவன் அம்மாவிடம் கேட்டான், "மாரிஷ் என்பது யார்?" ஆனால் அவன் அம்மா அதைக் கேட்கவில்லை.

[2]

உயரமான அந்த ஈச்சமரத்திலேறி உச்சியை அவர் அடைந்தபோது, அதன் பாளை பிளந்து கொண்டது. அதற்குள் ஒரு வாசம் வீசியது, ஏறத்தாழ விந்தின் மணத்தையொத்த வாசம். ஆசை அவர் மனதை நிறைத்தது. பெண்களுக்கான அவரின் ஏக்கம் கூடியது - தனது சுற்றுப்புறத்தில் அவர் அடிக்கடி பார்க்கிற ஆனால் ஒருபோதும் தொட்டிராத பெண்கள் - அவருடைய மொத்த வாழ்விலும் எப்போதும் ஒரு பெண்ணை அவர் தொட்டது கிடையாது.

மதியநேரத்தில் தனது கைகளுக்குக் கீழ் விதைக்கன்றுகளை ஏந்தியபடி அவர் தன்னுடைய கூடாரத்துக்குத் திரும்பினார். சில பேரீச்சைகளைச் சாப்பிட்டு அவர் கொஞ்சம் காப்பியும் குடித்தார், பிறகு தனது குழாயைப் பற்ற வைத்துக் கொண்டு

ஓமானியப் புகையிலையின் சுவையை ரசிப்பதற்கென அமர்ந்தார். வைக்கோற்பாயில் நீட்டிப் படுத்து தனது குடிலின் சுவர்களில் வேய்ந்திருந்த ஈச்சமரக் கிளைகளை சற்றே நகர்த்தி வைத்தார், சிறிது காற்று உள்வருவதை அனுமதிக்க. அவர் உறங்க முயற்சி செய்தார், ஆனால் அவருடைய மனமோ வேலை தேடி அவரும் அவர் சகோதரரும் அல்-பதினாவில் இருந்து ஐக்கிய அமீரகத்துக்குக் கிளம்பிய காலத்துக்கு இழுத்துச் சென்றது.

பொருட்களைச் சுமந்தவாறு கழுதை அவர்களுக்கு முன்னால் நடந்து போனது. தனது குச்சியை அவ்வப்போது வீசி மாரிஷ் அதற்குச் சுறுசுறுப்பூட்டிக் கொண்டிருந்தார். மலைகளையும் பாறைகளடர்ந்த பள்ளத்தாக்குகளையும் பாலைவனங்களையும் அவர்கள் கடந்தார்கள். எத்தனை காலம் பிடித்தது அந்தப் பயணத்துக்கு? மாரிஷ்ஷால் நினைவுகூர இயலவில்லை - அது மிகவும் நீண்ட கடினமான பயணமாக இருந்தது என்பதைத் தவிர. அவர் சகோதரர் சொன்னார், "அல்-பதினா[1] இப்போது வெகு தொலைவில் இருக்கும்."

"நாம் கடற்கரைக்குப் போயாக வேண்டும்."

"நான் அதை நிறையவே தேடப் போகிறேன், மாரிஷ்."

"ஒரு வேலையைக் கண்டுபிடித்து நமக்கென ஒரு வாழ்க்கையை அமைத்துக் கொள்வது அவசியம்."

"எப்போது நாம் திரும்பி வருவோம்?"

"கடவுளுக்குத்தான் வெளிச்சம்."

அவர் சகோதரர் உணவு விற்பனையாளராக மாறினார், நன்கு திறமையான ஒருவராக, துபாய் முழுதும் நன்கறியப்பட்டவராகவும் ஆனார். மாரிஷ்ஷோ ஜுமைராவில்[2] குடியேறினார். இவையனைத்தின் மீதும் அவர் தன்னுடைய மனதைத் திருப்பிய நேரத்தில், அவரின் கண்களை நீர்த்துளிகள் நிறைத்தன. மீண்டும் அவர் உறங்க முயற்சித்தபோது பௌ ஜாஸிம் அவருடைய இரு மகன்களின் விருத்தசேதனத்தைக் கொண்டாட இரண்டு ஆட்டுக்குட்டிகளை வெட்டுவதற்குத் தன்னை வீட்டில் வந்து சந்திக்கும்படி சொன்னது அவருக்கு நினைவு வந்தது.

தன்னுடைய கத்தியை எடுத்துக் கொண்டு அவர் பௌ ஜாஸிம்மின் வீடிருந்த திசையில் சென்றார்.

[3]

யாரோ சொன்னார்கள், "வெப்பம் அதிகமாகிக் கொண்டிருக்கிறது. நாற்றம் மூச்சடைக்கச் செய்கிறது."

கண்ணாடி அணிந்த ஓர் இளைஞன் சொன்னான், "காவலர்களை அழைக்க வேண்டும், சுகாதார அதிகாரிகளையும் கூட."

"ஏன்? நம்மால் இதைப் பார்த்துக் கொள்ள முடியாதா?"

இளைஞன் பதிலளித்தான, "இந்த நாற்றம் ஒரு கொள்ளைநோயை ஆரம்பித்து வைக்கலாம்."

ஒரு ஆள் சட்டென்று கூட்டத்தை முறித்துக் கொண்டு முன்னால் வந்தான், இதைச் சொல்லியவாறே, "மாரிஷ் ஓமானுக்குக் கிளம்பிப் போனதாக யார் சொன்னது?"

ஒரு பெண்ணின் குரல் பதிலளித்தது, "அவனேதான் என்னிடம் அப்படிச் சொன்னான்."

அந்த ஆள் பதிலறுத்தான், "ஆனால் ஓர் ஈச்சமரத்தின் நிழலில் அவன் அமர்ந்து இருப்பதை நான்கு நாட்களுக்கு முன்னால் நானே நேராகப் பார்த்தேன். அவன் மிகவும் நொந்து போயிருந்ததாகத் தோன்றியது."

வெவ்வேறு ஒலிகள் ஒன்றுகலந்தன. அந்த இடத்தை மொய்த்திருந்த உடல்கள் காற்றை இன்னும் சூடேற்றின; கூச்சலும் அதிகரித்தது. குரல்கள் காற்றினூடாக அதிர்ந்து ஒலித்தன. அந்தக் குழந்தை மீண்டும் அவன் அம்மாவிடம் கேட்டான், "மாரிஷ் என்பது யார், அம்மா?" ஆனால் அவனுடைய குரல் அங்கு நிலவிய சந்தடிக்குள் தொலைந்து போனது.

[4]

துயரத்திலும் தனிமையிலும், அவர் நிறைய புகையிலையைப் புகைத்தார். சலீம் அப்போது கடந்து சென்றார், சில தினங்களாக அவர் மாரிஷ்ஷைப் பார்த்திருக்கவில்லை. ஒன்றுசேர்ந்து புகைத்ததோடு அவர்கள் தியானத்திலும் ஈடுபட்டார்கள். அதிர்ச்சியடைந்தவராக, அவரின் நண்பர் கேட்டார், "ஆனால் ஏன் நீ திரும்பிப் போக விரும்புகிறாய்?"

வலியில் மடங்கியவராக, அவர் துயரத்தோடு பதில் சொன்னார், "எப்படி நான் இங்கு வாழ? இதற்குமேலும் யாரும் இங்கே என்னைக் கண்டுகொள்வதில்லை." சிறிய தயக்கத்துக்குப் பிறகு, தன்னுடைய கண்ணிமைகள் துடிதுடிக்க அவர் முணுமுணுத்தார், "உதாசீனத்தை என்னால் பொறுத்துக் கொள்ள முடியாது, நான் மறக்கப்படுவதையும்."

"ஆனால்.."

கண்களில் கண்ணீரோடு அவர் தன்னுடைய நண்பனை இடைமறித்தார்: "இனிமேலும் ஈச்சமரங்களைப் பற்றி யாரும் கவலைப்படுவதில்லை, மேலும் ஆட்டுக்குட்டிகளும் கூட தற்போது சந்தையில் இருக்கும் பிரத்தியேகமான இறைச்சிக்கூடங்களில் வைத்துத்தான் வெட்டப்படுகின்றன."

"என்றாலும் நகராட்சியின் தோட்டங்களுள் ஒன்றில் நீ காவற்காரனாகப் பணிபுரியலாம், அல்லது ஒரு சுமை தூக்குபவனாகக் கூட. அல்லது, இன்னும் சற்று மேம்பட்டதாக, நீ ஏன் உன் சகோதரனோடு இணைந்து அவனுடைய கடையில் வேலை பார்க்கக்கூடாது?"

"என் சகோதரன் இரண்டு வருடங்களுக்கு முன்பு இறந்து விட்டான்."

"கடவுள் அந்த ஆன்மாவுக்கு அமைதியைத் தரட்டும்."

தனது மூக்கைத் தீவிரமாகத் தேய்த்தவாறு, அவர் தன்னுடைய நண்பனுக்கு ஒரு கோப்பையில் காப்பியை ஊற்றினார். "இந்நாட்களில் வேலைக்குப் போக, உனக்கு ஓர் அடையாளம் இருக்க வேண்டும், குடியுரிமை, ஒரு கடவுச்சீட்டு. யாரும் என்னை வேலைக்கு அமர்த்த மாட்டார்கள்."

அவர் மௌனத்தில் ஆழ்ந்தார். சோகமும் துயரமும் அவரை ஆட்கொண்டன. "கண்ணியமான மனிதர்களெல்லாம் மண்ணோடு மண்ணாகிப் போனார்கள் - வெகு சில ஆட்களே எஞ்சியுள்ளார்கள். யாரும் இப்போது என்னை நினைவில் வைத்திருக்கவில்லை."

அமைதிக்குள் ஆழ்ந்த அந்த இணை குழப்பமும் கவலையும் ததும்பும் பார்வைகளைத் தங்களுக்குள் பரிமாறிக் கொண்டது.

"அதாவது முப்பது வருடங்கள் இங்கே வாழ்ந்து தீர்த்த பிறகு கிளம்பிப் போக விரும்புகிறாய், ஏதோ இந்த நாட்டில் நீ கால் வைக்கவே இல்லையென்பதைப் போல, இல்லையா மாரிஷ்?"

"நான் வந்த வழியே திரும்பிப் போவேன். அல்-பதினாவில் நானொரு தோட்டத்தைக் கட்டுவேன்."

மாரிஷ் தன்னுடைய பொருட்களை எல்லாம் ஒன்று சேர்க்க அவர்களிருவரும் எழுந்தார்கள். குடிலை விட்டுக் கிளம்புவதற்கு முன்னால் அவர் சொன்னார், "கழுதையை நீயே எடுத்துக்கொள், சலீம். உனக்கு அது நிச்சயம் உதவக்கூடும்."

ஓமானுக்குப் போகும் பேருந்துக்கு சலீம் அவரை இட்டுச் சென்றார். ஒரு நீண்ட அணைப்பை அவர்கள் பரிமாறிக் கொண்டார்கள், அவர்களின் மூச்சுக்காற்று ஒன்றுகலந்திடும் வகையில், தன்னுடைய நண்பனை நோக்கிக் கையசைத்து விடைபெற்றபோது மாரிஷின் கண்களில் இருந்து கண்ணீர்த்துளிகள் திரண்டு கீழே விழுந்தன.

[5]

எனக்கு எட்டு வயதிருக்கும்போது ஒருநாள் எங்களின் ஈச்சமரத் தோப்பில் இருந்த மரங்களைப் பிணைக்க என் அப்பாவுக்கு உதவுவதற்கென மாரிஷ் வருவதாகக் கேள்விப்பட்டேன். கடைசியாக நான் மாரிஷைச் சந்திக்கப் போவதில் பெருமகிழ்ச்சியடைந்தேன், ஏனென்றால் ஒரு முறை கூட பார்த்திராதபோதும் அவரைப் பற்றி நான் நிறையவே கேள்விப்பட்டிருந்தேன்.

தோட்டச்சுவரின் நிழலில் நாங்கள் காத்திருந்தபோது என் அப்பாவிடம் கேட்டேன், "மாரிஷ் என்ன செய்கிறார்?"

"அவனொரு விவசாயி, மகனே."

"அவருக்குக் குழந்தைகள் ஏதும் உண்டா?"

"அவனுடைய குடிலில் அவன் தனியாக வாழ்கிறான், மனைவியும் கிடையாது, குழந்தைகளும் கிடையாது."

"ஏன் அவருக்குத் திருமணம் ஆகவில்லை?"

"அவனொரு ஓமானி என்பதோடு மிகவும் ஏழ்மையானவனும் கூட. யார்தான் அவனைக் கணவனாக ஏற்றுக் கொள்வார்கள்?"

யாரோ தொண்டையைச் செருமுவதைக் கேட்டு நிமிர்ந்தபோது ஒரு மனிதர் எங்களை நெருங்குவதைப் பார்த்தேன், கோடாரியைத் தூக்கியவாறு, நொண்டியபடி. அவரது தாடி நீளமாகவும் கருப்பாகவுமிருந்தது. முன்பொரு காலத்தில் வெண்ணிறமாக இருந்திருக்கலாம் என்பதான ஒரு மஞ்சள் நிறக் குத்ரா அவரின் தலையைச் சுற்றிக் கட்டப்பட்டிருந்தது. அவருடைய கண்கள் குறுகியிருந்தன. அவரது வலப்புற நாசி சிவந்தும் வடிவமிழந்தும் காணப்பட்டது, எலிகள் அதைக் கரும்பி விட்டன என்பதைப் போல. நீலத்திலும் பச்சையிலும் கோடுகள் போட்ட கோவணமும் வியர்வையாலும் தூசியாலும் கறையாகிப்போன வெள்ளைச் சட்டையும் அவர் அணிந்திருந்தார்.

என்னிடம் அவர் விளையாட்டுத்தனமாகப் பேசினார், சீண்டுவதைப் போல.

என் அப்பா புன்னகைத்தவாறு சொன்னார், “உன்னுடைய நகைச்சுவைகளை நீ ஒருபோதும் நிறுத்துவதே கிடையாது, இல்லையா, மாரிஷ்?”

மாரிஷ்ஷின் சிரிப்பு அதிலிருந்த உயிர்ப்பின் பொருட்டு தனித்துத் தெரிந்தது. மொத்த நேரமும் நான் அவரைக் கவனித்துக் கொண்டேயிருந்தேன்.

அவரும் என் அப்பாவும் வேலைகளை முடித்தபிறகு என் அம்மா அவர்களுக்கு காப்பியும் பேரீச்சைகளையும் கொண்டு வந்து தந்தார், பிறகு மாரிஷ்ஷிடம் விளையாட்டாகச் சொன்னார், “ஹண்டுவோமாவை உனக்குத் திருமணம் முடிக்க நாங்கள் ஏற்பாடு செய்கிறோம். நீ என்ன நினைக்கிறாய்?”

எனக்கு ஹண்டுவோமாவைத் தெரியும். அவள் கருப்பாகவும் உற்சாகமாகவும் இருப்பாள். தன்னுடைய கழுதையின் மீது ஏற்றி நல்ல தண்ணீரை அவள் கிராமத்துக்குக் கொண்டு வருவாள். ஒருமுறை அவள் என்னிடம் சொன்னாள், விளையாட்டாக, “நீ எப்போதும் உன் அம்மாவின் பாவாடையைப் பிடித்துத் தொங்கிக் கொண்டிருக்கிறாய்.”

மாரிஷ் அவரின் வழக்கமான சிரிப்பைச் சிரித்து விட்டுச் சொன்னார், “எனக்கு அவள் வேண்டாம்.”

எனக்கு மாரிஷ்ஷைப் பிடித்துப் போனது. அதன்பிறகு அவரை நான் எங்கும் பார்க்கத் தொடங்கினேன், வீதிகளில்,

ஈச்சமரங்களுக்குக் கீழே, விருந்துகளில் மற்றும் அதுபோன்ற தருணங்களில், திருமணங்கள் மற்றும் விருத்தசேதனங்களின் கொண்டாட்டங்களில், கிணற்றடியில், உடன் கடற்புரத்திலும். அனைவரோடும் அவர் நகைச்சுவையாகப் பேசுவார், மேலும் கிராமத்தின் குறுக்குச்சந்துகளுக்குள் அவருடைய தனித்துவமான சிரிப்பு எதிரொலிப்பதையும் அடிக்கடி கேட்க முடிந்தது. வருடங்கள் கடந்து போயின, நான் படிப்புக்காக வெளிநாடு சென்றேன். நான் திரும்பி வந்த போது, யாரும் அவரது பெயரைக் குறிப்பிடுவதையோ அல்லது அவர் குறித்து ஏதும் சொல்வதையோ நான் கேட்கவில்லை.

[6]

சுற்றி நின்றிருந்த கூட்டத்தால் அந்தக் குடில் கிட்டத்தட்ட மறைந்திருந்தது. சூரியன் தனது வெப்பத்தால் அந்தவிடத்தைச் சுட்டெரித்துக் கொண்டிருந்தது. கூச்சலும் அதிகரித்துக் கொண்டேயிருந்தது, வினவல்கள், முனகல்கள் மற்றும் தொணதொணப்புகளின் கலவையாக.

குழந்தைகளின் முகங்களில் ஆச்சரியமும் பீதியும் அதிகரித்த வண்ணமிருந்தன. மனித வியர்வையுடன் ஒன்றுகலந்த அந்தத் துர்நாற்றம் தாங்க முடியாதபடிக்கு மிகவும் பயங்கரமானதாக இருந்தது.

"மக்களே! ஏதாவது செய்துதான் ஆக வேண்டும்."

மற்றொரு குரல்: "நாம் என்ன செய்யலாம்? காவலர்களை அழைப்பதா?"

மற்றொன்று யோசனை சொன்னது, "வேண்டாம் - நாமே கதவை உடைத்துக் கண்டுபிடிப்போம்."

மற்றொரு குரல்: "வெப்பம் தாங்க முடியாததாக உள்ளது, நாம் கதவை உடைக்கலாம், நமக்கு வேறு எந்த வாய்ப்புமில்லை."

நிறைய குரல்கள் ஒலிக்கத் தொடங்கின, "எனில் நாம் அதையே செய்வோம்."

எட்டிப் பார்ப்பதற்காகத் தலைகள் நீண்டு உயர்ந்தன. கதவை நோக்கி மூன்று ஆண்கள் ஆக்ரோஷமாக விரைந்தார்கள். கதவு உடைந்து வீழ்ந்தபோது உரத்தத் தகர்வொலி கேட்டது. கூச்சலும் குழப்பமும் நிலவின. ஒப்பாரி வைத்த பெண்களாலும் பீதியுற்ற குழந்தைகளாலும் அந்த இடம் நிரம்பியிருந்தது.

தீர்க்கமான கெட்ட வாடை நீர்வீழ்ச்சியைப் போல வெடித்துக் கிளம்பியது, வெதுவெதுப்பான காற்றில் கரைந்து போவதற்கு முன்பாக அது நாசியை அடைத்து நின்றது.

"ஓவ்! என்ன மாதிரி நாற்றம் அது?"

ஆண்கள் அச்சத்தில் அலறினார்கள்: "கடவுள் நமக்கு ஆற்றலைத் தரட்டும்."

[7]

மறுதினம் உம் 'அப்துல்லா தனது அண்டை வீட்டுக்காரியான உம் ஹுசைனோடு அமர்ந்து பேசிக் கொண்டிருந்தாள். அவளது கண்கள் முழுக்க கண்ணீரால் நிறைந்திருக்க, உம் 'அப்துல்லா சொன்னாள், "அய்யோ! அவன் ஒரு நாயைப் போல செத்துக் கிடந்தான்."

"பைக்குழலைப் போல அவன் வீங்கிக் கிடந்ததாக அவர்கள் சொன்னார்கள். யாராலும் அவனை அடையாளம் காண முடியாதென்று அபு ஹுசைன் சத்தியம் செய்தார். அவனது முகம் மொத்தமும் உப்பிக் கிடந்ததாம், அவனுடைய கண்களைக் கூட உன்னால் பார்க்க முடியாத வகையில். அவனது வாயிலிருந்தும் மூக்கிலிருந்தும் புழுக்கள் வெளிவருவதைக் கண்டதாகவும் சொன்னார்."

உம் 'அப்துல்லா தரையில் துப்பினாள், மணலுக்குள் எச்சிலை மறைத்தாள், பிறகு சொன்னாள், "எந்தவொரு மனிதப்பிறவியும் சாகும் வழிமுறையா அது? என்ன வாழ்க்கை இது!"

"என்ன மாதிரியான காலங்களில் நாம் வாழ்கிறோம்! ஒரு சகோதரன் தனது சகோதரனை மறந்து போகும் காலங்கள்!"

உம் 'அப்துல்லா தொடர்ந்தாள், "ஐந்து நாட்களுக்கு முன்பு அபு நாசர் மாரிஷ்ஷைச் சந்தித்ததாக என் கணவர் சொன்னார், மேலும் ஏன் இன்னும் ஓமானுக்குக் கிளம்பிப் போகவில்லை என்று அவர் அவனைக் கேட்டபோது, எல்லையில் தான் தடுக்கப்பட்டதாக மாரிஷ் அவரிடம் விளக்கியுள்ளான், அவனிடம் கடவுச்சீட்டு இல்லாததால் எல்லையைத் தாண்டி ஓமானுக்குச் செல்லாதபடிக்கு அவன் தடுக்கப்பட்டிருக்கிறான். தனது சூழலை விவரிக்க அவன் முயற்சி செய்திருக்கிறான், அதாவது அவன் ஓமானிய வம்சாவளியைச் சேர்ந்தவன் ஆனால் முப்பது வருடங்களுக்கு முன்பே வேலை தேடுவதற்காக

ஐக்கிய அமீரகத்துக்கு வந்து விட்டான். யாரும் அவனை நம்பவில்லை. ஆகவே அவன் திரும்பும்படி ஆனது."

உம் ஹுசைன் நெகிழ்ந்து போனாள், பிறகு சொன்னாள், "என்றால் நேரடியான முறையில் அவனுடைய நாடும் குடும்பமும் அவனுக்குக் கிடைக்க விடாமல் அவர்கள் தடுத்திருக்கிறார்கள்."

உம் 'அப்துல்லா தொடர்ந்தாள், "ஆனால் ஐக்கிய அமீரகத்தின் கடவுச்சீட்டும் கூட அவனுக்கு ஒருபோதும் தரப்படவில்லை என்று அபு அப்துல்லா சொல்கிறார்."

"கடவுள் அவனை மன்னித்து அவனுடைய ஆன்மாவை அமைதியில் உறங்கச் செய்யட்டும்."

ஒரு கனத்த மௌனம் அங்கு நிலவியது, பிறகு உம் ஹுசைன் சொன்னாள், "மாரிஷ் இயற்கையாக மரணிக்கவில்லை என்பதை நீ உணர்கிறாயா?"

மற்ற பெண்மணியின் கண்கள் அகல விரிந்தன.

"என்ன?!"

"கதவை உடைத்துக் குடிலுக்குள் நுழைந்தவர்கள் அவனது உடலில் நிறைய காயங்களைப் பார்த்ததாகச் சொன்னார்கள், அவனுடைய கழுத்தில் ஓர் ஆழமான காயத்தையும் தரையில் உடலுக்குக் கீழேயிருந்த கருத்த உலர்ந்த உதிரத்தையும் கூட. அருகில் அவர்கள் ஒரு கதிரருவாளையும் கண்டெடுத்திருக்கிறார்கள்."

"அவன் தற்கொலை செய்து கொண்டானா?"

பீதியுற்றவளாக அவள் கேட்டாள், தனது கையைத் தூக்கி கன்னத்தில் வைத்துக் கொண்டு. பிறகு அவளொரு பெருமூச்சை வெளியிட்டவாறே சொன்னாள், "அய்யோ, மாரிஷ்! விரக்தியும் துயரமும்தான் உன்னைக் கொன்றது! தனியனாக நீ செத்துப் போனாய், மனைவியும் கிடையாது, குழந்தைகளும் கிடையாது."

அந்த மாதம் முழுதும் மாரிஷ்ஷுக்கு என்னவானது என்பதைப் பற்றிய கதைகளால் அந்த இடம் ஆக்கிரமிக்கப்பட்டிருந்தது.

கண்ணீருக்கும் புலம்பலுக்கும் குற்றவுணர்ச்சிக்கும் மத்தியில் அந்தக் கதை பெண்களாலும் ஆண்களாலும் எடுத்துரைக்கப்பட்டது.

அனைவரையும் நெகிழச் செய்திடும் அந்தக் கதை பிறகு மறந்து போவதற்கு முன்பாக, உம் 'அப்துல்லாவின் இளைய மகன் அவளிடம் ஓடி வந்து கேட்டான், "மாரிஷ் என்பது யார், அம்மா?"

◆◆◆

குறிப்புகள்:

1. அல்–பதினா – அராபிய வளைகுடாவை ஒட்டி அமைந்திருக்கும் ஓமானைச் சேர்ந்த மாவட்டம்.
2. ஜுமைரா – ஐக்கிய அறபு அமீரகத்தின் மாநிலங்களில் ஒன்றான துபாயில் உள்ள கிராமம்.
3. பௌ – அபு என்னும் வார்த்தையிலிருந்து உருவானது, தந்தை என்று பொருள் தரும்.
4. பிரத்தியேக இறைச்சிக்கூடங்கள் – எண்ணெய் வளம் கண்டுபிடிக்கப்பட்ட பிறகு வளைகுடா நாடுகளில் நிகழ்ந்த மாபெரும் மாற்றங்களைப் பற்றிய மறைமுகக் குறிப்பு.

அஹமத் பூஸ்ஃபூர் (Ahmed-Bouzfour) (1945)

மொராக்கோவின் முன்னோடி சிறுகதை எழுத்தாளர்களில் ஒருவராகக் கருதப்படுபவர் பூஸ்ஃபூர். வடகிழக்கு மொராக்கோவின் டாஸா நகருக்கருகே பைரனீ இனக்குழுவில் பிறந்தவர். அவருடைய ஆரம்பகாலக் கல்வி குரான் பயிற்றுவிக்கும் பள்ளிகளில் நிகழ்ந்ததால் இஸ்லாமியச் சடங்குகளை நன்கு கற்றார். கல்லூரியில் பயின்றபோது அரசியல் செயற்பாட்டுகளுக்காகக் கைது செய்யப்பட்டு 1966இல் மூன்று மாதங்கள் சிறையிலடைக்கப்பட்டார். அறபு இலக்கியத்தில் மேற்படிப்பு முடித்து பல்வேறு பல்கலைக்கழகங்களில் பணியாற்றினார். மொராக்கோவின் சிறுகதைகளை நவீனப்படுத்தியதில் இவருக்குப் பெரும்பங்கு உண்டு. 2004இல் தனக்கு வழங்கப்பட்ட மொராக்கோ எழுத்தாளர்கள் விருதினை ஏற்க மறுத்து விட்டார். நாட்டில் நிலவும் அரசியல், பொருளாதார மற்றும் கலாச்சாரச் சீர்கேடுகளை எதிர்க்கும் விதமாக அந்த விருதை பூஸ்ஃபூர் மறுத்தார்.

நொண்டிக்குத் திருமணம் நடக்கிறது

மர்சூகாவின் இதழ்கள் ஈரமாக உள்ளன

மர்சூகா? துணியால் சுற்றிய மூட்டையை அவள் தனது முதுகில் சுமந்து வருகிறாள், அவளுடைய காதணிகள் மின்னுகின்றன. மர்சூகா நெருங்கி வருகிறாள், நான் அவளை நோக்கி நகர்கிறேன். சூரியன் சுட்டெரிக்கிறது, அவளுடைய பெரிய காதணிகள் கண்ணை குருடாக்குகின்றன. அவளுக்கு நான் முகமன் சொல்ல வேண்டுமா? நான் அவளது கரத்தை முத்தமிடுகிறேன், ஆக அவள் என்னுடைய நெற்றியில் முத்தமிடுகிறாள். பின்மதியப் பொழுதின் சூரியனாகச் சிவந்திருக்கும் அவளுடைய கன்னத்தில் நான் முத்தமிடுகிறேன். "என்னை உன் மகனாக இருக்க அனுமதி," நான் அவளிடம் சொல்கிறேன். "மேலும் உன் முதுகில் இருக்கும் அந்த மூட்டையைப் போல என்னையும் தூக்கிச் செல்." மர்சூகா நெருங்கி விட்டாள், எனக்கு என்ன செய்வதென்றுத் தெரியவில்லை. நான் ஓட வேண்டுமா? அவள் ஓர் அரக்கியா என்ன? ஆனால் அவள் இன்னும் நெருங்குகிறாள். இதுபோல் மட்டுமே அவளால் இருக்க முடியுமெனில்... எப்போதும் வராமலும் எப்போதும் விலகிச் செல்லாமலும், மர்சூகா, மர்சூகா, மர்சூ...

"யாருடைய மகன் நீ, அன்பே?"

"ஹம்தாஷ்."

"ஆம், ரஹ்மாவின் பையன் - எனக்கு உன்னை அடையாளம் தெரியவில்லை என்று சத்தியம் செய்வேன். உன் அம்மா எப்படி இருக்கிறாள்?"

"அவர் நன்றாயிருக்கிறார்."

மர்சூகா எனது முகத்தை நோக்கிக் குனிகிறாள். காதணிகளின் ஊஞ்சலாட்டம், மிஸ்வாக்[1] குச்சியின் மணம்... வில்லோ மரங்கள்... கோதுமை கதிர்க்கட்டுகள்... சிரிப்பு பிதுங்கும் சதைத்திரட்சி...

"அற்புதம். இவனுடைய முகம் அப்படியே அவன் அம்மாவினுடையதைப் போல இருக்கிறது." பிறகு தன்னுடைய சுட்டுவிரலால் அவள் எனது தாடையை மேலே உயர்த்தி என் வாயில் முத்தமிடுகிறாள். மதியப்பொழுதின் சூட்டையும் மீறி, அவளுடைய இதழ்கள் ஈரமாக உள்ளன, ஆக நான் காதலில் விழுகிறேன்.

ஆண்மகன்கள் ஆண்மகன்களாயிருந்த நாட்கள்

ஹஜ் அல்-மஹ்தி வேறு யார் போலவுமல்லாத ஆண்மகனாயிருந்தான். அவன் நிலத்தை ஆண்டான், தன் பங்குக்குரிய பெண்களை மணந்தான், மேலும் சாகும் வரைக்கும் சண்டையிடுபவனாக இருந்தான். தவிரவும் வாழ்க்கையின் பல்வேறு நிலைகளை எதிர்கொண்டான், அதன் பிரகாசமான தருணங்கள் தொடங்கி மிகவும் இருண்மையானவையும் கூட, எப்போதும் வேறு எவரும் சந்திக்கக்கூடியதைக் காட்டிலும் அதிகமாக.

சிபாவின்[2] முன்காலனிய நாட்களில், அண்டைப்பகுதியைச் சேர்ந்த அத்தனை இனக்குழுக்களின் மீதும் அவன் தனது நீள் துப்பாக்கியால் சுட்டான். அவனது நற்புகழ் நகரங்களையும் எட்டியது, பிறகு காலனிய ஆக்கிரமிப்பாளர்கள் வெற்றியடைந்து அனைவரிடமுமிருந்த ஆயுதங்களைப் பறித்தபோது, அவன் கத்தியைப் பயன்படுத்தினான். மேலதிகாரியின் வீரர்களில் ஒருவனை அவன் கொன்றான், அம்மனிதனின் நீள் துப்பாக்கியை கைப்பற்றினான், பிறகு மலைப்பகுதிக்குத் தப்பிச் சென்றான், அங்கு ரிஃப் புரட்சியின்[3] மூர்க்கமிகு தலைவனான மொஹம்மத் இப்ன் அப்தெல்க்ரீம்

எல்-கடாஃபியின் படையில் “நூறு மனிதர்களின் தலைவனாக” மாறினான்.

அந்தக் காலகட்டத்தில், ஒரு நாளென்பது ஒரு வாழ்நாளுக்குச் சமம். அவன் அப்தெல்க்ரீமோடு நேரடியாகத் தேநீர் அருந்தியதோடு சிபா நாட்களில் தான் கொன்று குவித்த மொராக்கன்களைக் காட்டிலும் இரண்டு மடங்கு அதிக எண்ணிக்கையில் காலனிய ஆக்கிரமிப்பாளர்களைக் கொன்றான், அதற்கு அதிகமாகவும் இருக்கலாம். தொலை-தூரத்திலிருந்து சுடுவதில் அவனுக்கு அத்தனை திறமையில்லாதபோதும், வெகு அருகிலிருந்து சுடுமளவுக்கு அவன் தீரமிக்கவனாயிருந்தான். மேலும் மிகவும் துயரார்ந்த அன்றைய தினத்தில் குதிரைகளையும் மஞ்சள்நிற வார்களையும் பார்க்க நேர்ந்தபோது, அவன் பின்வாங்கவில்லை. இரண்டு பாறைகளுக்கு மத்தியில் குந்தி அமர்ந்தான், சூடாகயிருந்த தனது நீள் துப்பாக்கியை தலைப்பாகையால் சுற்றியவனாக தாக்குதலை அவன் தொடர்ந்தவாறிருந்தான், சபிக்கப்பட்ட அந்தத் தோட்டா அவனுடைய முதுகுத்தண்டைத் துளைக்கும்வரை.

அந்நாள் தொடங்கி, வாழ்க்கை அல்-மஹ்தி மீதான தன்னுடைய ஆர்வத்தை இழந்திருந்தது, மற்றவர்களைப் போலவே அவன் மீதும் ஆக்கிரமிப்பாளர்கள் ஆதிக்கம் செலுத்தினார்கள். இறப்பதற்கு முந்தைய நாற்பது வருடங்களும் தனக்குள்ளே அந்தத் தோட்டாவோடுதான் அவன் பிழைத்திருந்தான். ஆனால் அவனது முதுகு வளைந்து கூன் போட்டது, ஆகவே தன்னுடைய ஊன்றுகோல் மற்றும் மகன் அல்-முக்தாரைச் சார்ந்திருக்கும்படி ஆனது. அல்-முக்தார் ஓர் ஆண்மகனல்ல; அவன் வெறும் வியாபாரி மட்டுமே. அவன் பணத்தோடு பேசினான், தோட்டாக்களோடு அல்ல. நெருப்பிலிருந்தே சாம்பல் வரும் என்பது மூத்தோர் வாக்கு. அதன் பிற்பாடு வணிகம் மற்றும் வண்ணமிகு நார்த்துணிகளின் காலம் வந்தது, சுதந்திரத்திற்குப் பிறகு, நிச்சயமின்மையில் இருந்து பாதுகாப்பான ஒரு இடத்துக்கு சந்தைகள் நகர்ந்த ஒரு காலகட்டத்தில். ஆக, நெருப்புத்தழல்கள் மடிந்து போக சாம்பற்துகள்கள் மினுமினுத்தன.

அல்-மஹ்தி இரண்டு முறை கடவுளின் இல்லத்துக்கு புனித யாத்திரை சென்று வந்தான். நிலத்தையும் மந்தையையும் தன் மகனின் கைகளில் கொடுத்து விட்டு சிறிய அறைக்குள் அவன் தன்னை தனிமைப்படுத்திக் கொண்டான், அதற்குள்

வைத்தே ரொட்டித்துண்டுகளைச் சாப்பிட்டான், பிரார்த்தனை மணிகளை விரல்களால் உருட்டியவாறே கதைகளைச் சொன்னான் - யாரும் அதைக் கேட்பார்களெனில் - ஆண்மகன்கள் ஆண்மகன்களாயிருந்த காலம் பற்றி.

அல்-முக்தார் குதிரைகளில் சவாரி செய்யவில்லை; மாறாக, கடத்தப்படும் துணிமணிகளால் நடக்கவியலாமல் தடுமாறும் கோவேறுக்கழுதைகளின் பின்னால் நடந்து சென்றான், ஆக்கிரமிப்பாளர்களோடு சேர்ந்து உண்டான், நிலத்துக்கான ஆவணங்களைப் பொய்யாகத் தயாரித்தான், மேலும் வீட்டுக்கு வந்த வியாபாரிகளோடு இணைந்து கொண்டு தன் தந்தையின் முதுமையைக் கேலி செய்தான்.

அவர்கள் வாழ்ந்த காலத்தைச் சபித்ததோடு மரண தேவதை தன்னிடம் விரைந்து வர வேண்டுமென்று ஹஜ் அல்-மஹ்தி விரும்பினான். என்றாலும், தோட்டாக்களின் ஒலியைக் கேட்டதோடு, சுதந்திரப்படையைச் சேர்ந்த வீரர்களின் தோள்களில் நீள்துப்பாக்கிகள் ஊசலாடுவதைப் பார்த்த பிறகே அவன் மனமாற்றம் கொண்டு - அனைவரும் ஆச்சரியப்படும் வகையில் - திருமணம் செய்ய முடிவெடுத்தான்.

மர்சூகாவை வீட்டுக்குள் பார்த்தபோதுதான் அல்-முக்தார் இதை உணர்ந்தான், அவள் தன் தந்தையின் புதிய மனைவியென்பதைத் தெரிந்து கொண்டான். நம்பிக்கை வராமல் அவன் கைகளை ஓங்கித் தட்டினான் - “அல்லாவைத் தவிர வேறு எவராலும் ஆற்றலும் பலமும் கிட்டாது. இந்நாட்களில் இவ்வுலகத்துக்குப் பைத்தியம் பிடித்திருப்பதாகத் தெரிகிறது” - தன் தந்தையோடு அவன் கசப்பான சண்டையில் ஈடுபட்டான், ஆனால் அதன் ஆயுள் குறைவே, ஏனென்றால் பிறகு ஹஜ் அல்-மஹ்தி செத்துப் போனான். சுதந்திரக் கொண்டாட்டங்களின் ஆரவாரங்களுக்கு மத்தியில் அந்த முதிய மனிதன் மரித்தான். எது அவனைக் கொன்றிருக்கக்கூடும் எனும் அந்தப் பெண்ணின் மெல்லிய முணுமுணுப்பை யாரும் கவனிக்கவில்லை. ஆனால் அவன் இறப்பதற்கு முன்னால் மர்சூகாவை கருத்தரிக்கச் செய்திருந்தான், அவள் மொஹம்மதியைப் பெற்றெடுத்தாள். பிறகு தன் மூத்தாளின் மகனான அல்-முக்தாரின் வீட்டில் அவள் வேலைக்காரி ஆனாள், வீட்டு வேலைகளைப் பார்க்கவும் மரக்கட்டைகளும் நீரும் கொண்டு வரவும், இளையவனான தன் மகனுக்கு அவள்

சொல்வாள், அவன் தந்தையைப் பற்றியும் ஆண்மகன்கள் ஆண்மகன்களாயிருந்த காலம் குறித்தும்.

ஆண்களுக்கு மர்சூகாவைப் பிடிப்பதில்லை

மர்சூகா அவளின் நாற்பதுகளில் இருந்தாள். நான் பத்து-வயதுக் குழந்தையாக இருந்தேன். நாய் ஒரு நாள் பயங்கரமாக மூச்சிறைக்கத் தொடங்கியபோது நான் துள்ளிக் குதித்தெழுந்து வீட்டுக்கு வெளியே ஓடினேன். ஓர் ஒல்லியான குச்சியால் எங்களுடைய பொல்லாத நாயை அவள் மிரட்டுவதைப் பார்த்தேன்.

"மர்சூகா அத்தை?"

"என் கையில் உள்ள குச்சி மட்டும் இல்லாமல் போயிருந்தால், இது என்னை விழுங்கியிருக்கும். நான் இங்கு வராமலிருப்பதற்குக் காரணமே இதுதான். உன் அம்மா என்ன செய்கிறாள்?"

வெயிலடர்ந்த முற்றத்தில் என் அம்மா துணி வெளுக்கும் வேலையைச் செய்து கொண்டிருந்தார். மர்சூகாவை அவர் கட்டியணைத்தார், இருவரும் கன்னங்களில் நிறைய முத்தங்களைப் பறிமாறிக் கொண்டார்கள், அதன் பிறகு என் அம்மா சலவைப்பணியை முடிப்பதற்கு அமர மர்சூகாவும் அவருக்கருகே அமர்ந்தாள். நான் தூய்மையான துணிகளை எடுத்துக் கொண்டு அவற்றை மேற்கூரையில் காயப் போடச் சென்றேன். நான் திரும்பியபோது, மர்சூகா மொஹம்மதியைப் பற்றி பேசிக் கொண்டிருந்தாள்.

"அவன் ஆடு மேய்ப்பவனாக வேண்டுமென்று அவர்கள் விரும்புகிறார்கள், நாளெல்லாம் அவற்றின் பின்னே நொண்டியவாறு அவன் ஓடுவானாம், பிறகு அவற்றிடமிருந்து அவர்கள் பால் கறப்பார்களாம். 'முதலில் மர்சூகா சாகும் வரைக்கும் காத்திருங்கள்', என்று சொன்னேன். அவன் அப்பா இறப்பதற்கு முன்பு, படிப்புக்காக அவனை மசூதிக்கு அனுப்ப விரும்பினார், ஆகவே ஏன் அவனை வெளியே கொண்டு வர வேண்டும்? அவன் ஒரு சின்னப் பையன், என் அன்பே, அத்தோடு அவனுக்குத் தந்தையுமில்லை. மேலும் அவனுக்கு ஒரு நல்ல கால் தான் இருக்கிறது - எப்படி அவனால் மறிகளை மேய்க்கவியலும்?"

"மொஹம்மதி ஆடுகளை மேய்ப்பான்," என் அம்மா சொன்னார். "அதாவது அல்-முக்தாரின் மகன் வீட்டிலமர்ந்து வெண்ணெயை வாரி விழுங்கும்போது."

"என் அன்பே, அவன் மகனுக்கு மீசை முளைத்தாகி விட்டது, ஆனாலும் அவன் சூரியனைப் பார்ப்பதில்லை: 'அப்தெல்சலாம், உன் கோப்பையை நிரப்பிக் கொள் அப்தெல்சலாம், இந்த கோழிக்காலைச் சாப்பிடு. அப்தெல்சலாம் உறங்குகிறான் - அமைதியாயிரு."

"ஓ, ஆமாம். அவன் ஒரு தலைவனின் மகனல்லவா, சரிதான்."

"அதோடு இரவும் பகலும் மொஹம்மதியின் மீது ஒரு கண் வைத்திருக்கிறேன் எனும் சங்கதி இல்லாதிருந்தால், இந்நேரம் அவர்கள் அவனைக் கொன்று புதைத்திருப்பார்கள்."

"அவர்கள் இதையும் இதை விட அதிகமாகவும் கூடச் செய்வார்கள். அந்தப் பாவப்பட்ட சிறுவனை அவர்கள் கூரையிலிருந்து தள்ளி விட்டதால்தானே அவன் உடைந்த காலோடு இருக்கும்படியானது?"

"ஏன் அவர்கள் அவனைத் தள்ளி விட்டார்கள், அத்தை?" நான் மர்சூகாவிடம் கேட்டேன்.

"ஏனென்றால் அவனொரு அனாதை, மகனே. கடவுள் உன் அப்பாவையும் அம்மாவையும் காப்பாற்றட்டும். என்னிடம் சொல், மசூதியில் வைத்து அந்த ஃபக்கீஹ் மொஹம்மதியை அடித்தாரா?"

"அவர் எங்களனைவரையும் அடிப்பார்," நான் அவளிடம் சொன்னேன். "நான் ஆடுகளை மேய்க்க விரும்புகிறேன்."

"இல்லை, மகனே. அப்படிச் சொல்லாதே. அந்தச் சூரியன், முட்கள், பட்டினி என எல்லாவற்றையும் விட ஃபக்கீஹிடம் வாங்கும் அடி மோசமானதல்ல. நான் உனக்கு உதவுகிறேன், அன்பே. நீ சிறிது நேரம் ஓய்வெடு, அதற்குள் நான் வெளுப்பதை முடித்து விடுகிறேன்."

அந்தப் பெரிய தொட்டியை தனது கால்களுக்கு நடுவே இடுக்கிக் கொண்டு அவள் அழுக்குச் சட்டையை வெதுவெதுப்பான நீரில் பிழிந்து அலசத் தொடங்கினாள், சோப்புக்குமிழிகள் எழும் வரைக்கும். சின்னஞ்சிறிய சிவப்பு மற்றும் மஞ்சள்நிற ரோஜாப்பூக்களின் சித்திர வேலைப்பாடுகள் கொண்ட நீலநிறத்

துணியால் அவளுடைய தளர்ந்த சிர்வால்[4] தைக்கப்பட்டிருந்தது, மேலும் அவளது தொடைகள் திடமானவையாகத் தெரிந்தன. இரண்டு முட்டைகளைப் பொறிக்கலாமென்று என் அம்மா எழுந்து சென்றார். மர்சூகாவின் வெதுவெதுப்பான தொடையின் மீது எனது தலையை வைத்தபோது நான் என்னுடைய சுயத்தை உணர்ந்தேன், கண்களை மூடிக் கொண்டேன்.

மர்சூகா சிரித்தாள். "அட குட்டிப் பிசாசே. நீ பகல் நேரத்தில் தூங்க விரும்புகிறாயா." என் தலை சாய்ந்திருந்த தொடையைப் பலமாக ஆட்டியபடி அவள் பாடத் தொடங்கினாள்:

"தூங்கு, குட்டிப் பையா, நம் இரவுணவு தயாராகும் வரைக்கும்.

தூங்கு, தூங்கு, அல்லது அண்டை வீட்டாருக்குக் கொஞ்சம் போய் விடும்."

"எங்கே இருக்கிறாய்?" வீட்டுக்குள் நுழைந்தவாறே என் அப்பா சத்தம் போட்டார்.

"இங்குதான் இருக்கிறேன் - என்ன பிரச்சினை?" வீட்டின் உட்பகுதியில் இருந்து என் அம்மா பதிலளித்தார்.

நான் துள்ளியெழ, என் அப்பாவை வரவேற்க மர்சூகாவும் எழுந்து நின்றாள், ஆனால் அவரோ முகத்தைச் சுளித்தபடி வீட்டின் இருண்ட நுழைவாயிலை நோக்கித் திரும்பிச் சென்றார். விலகிப்போகும் அவரின் கரத்தை முத்தமிட அவள் முயற்சி செய்தபோது, அவர் என் அம்மாவிடம் கத்தினார்.

"சோப்பு, சோப்பு, சோப்பு! இந்த சோப்புக் கருமம் எல்லாம் எனக்கு எங்கிருந்துதான் கிடைக்கும்? எந்நேரமும் நீ செய்வதென்பது துணிகளைத் துவைப்பது மட்டும்தான். நானென்ன பணத்தை வெறும் தண்ணீராக ஒழுக விடுகிறேனா?"

மர்சூகாவை வெறுமனே பார்க்கக்கூட செய்யாமல் அவர் உள்ளே நடந்து சென்றார், தனக்குள் முணுமுணுத்தவாறே. மர்சூகா தனக்குள் பூனையைப் போலச் சுருங்கினாள். என் அப்பாவுக்கு ஏன் அவளைப் பிடிக்கவில்லை? பெண்களும் குழந்தைகளும் மட்டும்தான் மர்சூகாவை விரும்பியதாகத் தோன்றியது. ஆண்களோ முகத்தைச் சுளித்து அவளை ஒதுக்கினார்கள். நான் ஒரு கல்லை எடுத்து அருகிலிருந்த கோழிக்குஞ்சின் மீது வீசியெறிந்தேன், உடன் அது பலமாகக் கொக்கரிக்கத் தொடங்கியது, வீட்டை விட்டு அவள் விரைந்து

வெளியேறிய தருணத்தின் உறைந்த அமைதிக்கு மத்தியில், நானும் அவளுக்குப் பின்னால் சென்றேன்.

நொண்டி வெண்ணெயும் முட்டைகளும் சாப்பிடுகிறான்

கடந்த மூன்று நாட்களாக மொஹம்மதி மசூதிக்கு வரவில்லை என்பதால் ஃபக்கீஹ் எங்களிடம் அவனைப் பற்றி விசாரித்தார். "அந்த நொண்டி எங்கே?" எங்களுக்குத் தெரியாதென்று நாங்கள் சொன்னோம். ஃபக்கீஹைப் போல அத்தனை குழந்தைகளும் அவனை "நொண்டி" என்றே அழைத்தார்கள், ஆனால் அப்படிச் சொல்வதற்கு எனக்குச் சங்கடமாகவும் பயமாகவுமிருந்தது. ஒருமுறை அவனை நான் "மொஹம்மதி" என்றழைத்த பிறகு, என்னை நானே அதை மனனம் செய்ய வைத்தேன், பிறகு எப்போதும் அவனை "மொஹம்மதி" என்றே அழைத்தேன். தன்னுடைய இடதுகாலை கீழே வைப்பதற்கு முன்னால் அவன் ஒரு முறை அதை உதைப்பான்; பிறகு அவன் ஒருபுறமாகச் சாய்வான், நெம்புகோல் போலத் தனது தோளின் உதவியால் எடையைக் குறைப்பவனாக. பிறகு அவன் தன் வலது காலை எடுத்து வைத்தவுடன் உடம்பை நிமிர்த்துவான். "நொண்டி, நொண்டி, நொண்டி." பிறகு நான் சொல்வேன்: "மொஹம்மதி." அவன் அம்மாவைப் போலல்லாமல் அவனுக்குச் சிறிய மூக்கு, உடன் அவனது முகமும் சிறிதாயிருக்கும், எலியைப் போல. அவனை நீங்கள் "நொண்டி" என்றழைத்தால் அவன் இவ்வாறு பதிலளிப்பான், "கிறுக்கன்களா." அவனால் அதை ஏற்றுக்கொள்ளவே முடியாது. மற்ற குழந்தைகளைப் போல எனக்கும் பயமாயிருக்கும். அவன் பட்டாணியைப் போல சிறியவனாகவும் முள்ளைப் போல கூர்மையானவனாகவுமிருந்தான். அவன் அம்மா அவனைக் காட்டிலும் கண்ணியமானவள். ஆனால் மூன்று நாட்களாக அவன் மசூதிக்கு வரவில்லை, எனவே ஃபக்கீஹ் கேட்டுக் கொண்டிருந்தார்: "அந்த நொண்டி எங்கே?" நாங்கள் பதிலளித்தோம்: "எங்களுக்குத் தெரியாது."

பின்மதியப்பொழுதில், நாங்கள் மசூதியை விட்டுக் கிளம்பிய பிறகு, நான் அப்தெல்சலாமைப் பார்த்தேன், அல்-முக்தாரின் மகன், சந்தையில் இருந்து அவன் திரும்பிக் கொண்டிருந்தான். தன் தந்தையின் கோவேறுக்கழுதையை அவன் ஓட்டி வந்தான், சாக்குப்பைக்குள் ஒரு பெரிய, கருத்த தர்பூசணிப்பழம் இருப்பதை நான் கண்டுகொண்டேன். தனது இனிப்புகளை அவன் எனக்குத் தரும்படி என்னால் செய்யவியலும். தானொரு

பெரிய மனிதன் என்று உண்மையாகவே நம்புகிறானோ? அவனுக்கு மீசை முளைத்திருக்கலாம், ஆனால் அவனும் சிறுவன்தான், சற்று வயது கூடியவனாக இருந்தாலும் கூட.

"மொஹம்மதி எங்கே?" நான் அவனிடம் கேட்டேன்.

"மொஹம்மதி? நொண்டியா? அவன் அம்மாவின் மடியில் உட்கார்ந்து கிடப்பான். தனக்கு வெண்ணெயும் முட்டைகளும் தருவாளென்பதற்காக உடம்புக்கு முடியாதது போல நடிப்பான்."

"உன்னிடம் ஏதும் இனிப்புகள் உள்ளனவா?"

"இனிப்புகளா? என்னிடம் இனிப்புகளைக் கேட்க நீ சின்னப்பையனா என்ன?"

பிறகு அவன் கோவேறுக்கழுதையோடு விலகிச் சென்றான். ஷேக்கின் வீட்டுக்கு வரும் படைவீரனைப் போலவே, கேவலமான அற்பப்புழுவைப் போல நம்மைப் பார்த்து அவன் சொல்வான், "உன்னைக் காட்டிலும் நான் சிறந்தவன். என்னை நீ நம்பவில்லையென்றால், உன்னை நான் அடி வெளுப்பேன்." அப்தெல்சலாம் மட்டும் குர்ரான் பள்ளிக்குச் சென்றிருந்தால், அவனுடைய இளஞ்சிவப்பு முகம் நீலமாக மாறுமளவுக்கு ஃபக்கீஹ் அவனைப் போட்டு அடி வெளுத்திருப்பார். *எனக்குச் சற்று வயது கூடும்வரை பொறுத்திரு... ஒருவேளை மொஹம்மதிக்கு உடல் நலமில்லையோ? நொண்டிக்கு உடம்பு சரியில்லை! நொண்டி வெண்ணெயும் முட்டைகளும் சாப்பிடுகிறான்.*

காலைநேரக் குளிர்

மறுநாள், வீட்டிலிருந்து நான் கிளம்பியபோது, ஒரு கோடரியைச் சுமந்தபடி என் அப்பா எனக்கு முன்னால் போவதைப் பார்த்தேன். அவரோடு நான் சேர்ந்து கொண்டபோது, அவர் எனது கைகளைப் பற்றிக் கொள்ள நாங்களிருவரும் ஒன்றாக நடந்தோம். அது குளிர் நிரம்பிய காலைநேரம், பனிமூட்டம் எங்களை விழுங்கக்கூடியதாக இருந்தது. இடுகாட்டுக்கு அருகே நாங்கள் நின்றோம். சில மனிதர்கள் தோண்டுவதைப் பார்த்தேன். எனது சட்டையின் மேல் பொத்தானைப் போட்டு விட்டு என் அப்பா என்னை முத்தமிட்டார்.

"தொடர்ந்து செல், மகுதிக்கு."

"யார் செத்துப் போனது, பா?" நான் அவரைக் கேட்டேன்.

"உன்னை மசூதிக்குப் போ என்று சொன்னேன்."

"முதலில் யார் செத்தது என்று சொல்லுங்கள்."

அவர் என்னைப் பார்த்தார், பிறகு தட்டுத்தடுமாறிச் சொன்னார், "மர்சூகாவின் மகன்." பிறகு அவர் அந்த மனிதர்களிடம் சென்றார்.

ஃபெடீர் உப்புகரிக்கிறது

"முக்தார், மர்சூகா உன் அப்பாவின் மனைவி. நீ அவளை யாரிடம் அனுப்பப் போகிறாய்?"

ஒவ்வொரு வெள்ளிக்கிழமையும், தனது ஃபெடீரின்[5] தட்டத்தை ஏந்தியபடி மர்சூகா கல்லறைக்குத் தலைப்படுவாள். ஆரம்பத்தில், மொஹம்மதியை உரக்கக்கூவி அழைத்தவாறே, மணலை அளைந்து அவள் அதைத் தன் தலையில் தெளித்துக் கொண்டாள். பிறகு தன்னுடைய நீண்ட வெண்ணிற இஸாரோடு[6] அவள் அங்கு அமைதியாக உட்கார்ந்திருக்கத் தொடங்கினாள், நடுகல்லின் இறுக்கத்தோடு. "வந்து இந்தப் படையலை எடுத்து உண்ணுங்கள்," அருகேயிருந்த வீதியில் யாரேனும் கடந்து சென்றால் அவள் அவர்களை உரக்கக் கூவியழைப்பாள். அவர்களோ எதுவும் சொல்லாமல் உடனடியாக விரைந்து விலகிச் செல்வார்கள்.

"முக்தார், அவள் மகன் இறந்திருக்கிறான். அவளோடு சற்றுப் பொறுமையாக இரு."

ஆனால் முக்தார் வீட்டை விட்டு அவளைத் தூக்கியெறிய வலியுறுத்தினான். அவனுடைய மகன் அப்தெல்சலாமுக்குத் திருமணம் செய்வித்து அவனை அவளுடைய அறைக்குக் கொண்டு போக விரும்பினான். அதைத் தவிரவும், மர்சூகா அதற்குமேலும் எந்த வேலையும் செய்வதாக இல்லை. பகல்நேரத்தில், உழுது போட்டிருக்கும் நிலங்களினூடாக சுற்றித் திரிவதோடு எல்லைப்பகுதி ஓரமாயிருந்த பாறைகளின் மீது அமர்ந்திருப்பாள். இரவில், முக்தாரின் வீட்டில் இருந்த தன்னுடைய சிறிய அறைக்குள் ஒளிந்து கொள்வாள். பிறகு ஒவ்வொரு வெள்ளிக்கிழமையும் அவள் தன்னுடைய ஃபெடீரை எடுத்துக் கொண்டு கல்லறைக்குச் செல்வாள். "வந்து இந்தப் படையலை எடுத்து உண்ணுங்கள்."

“ஏன் நான் அவளைக் கண்டால் மிரண்டு ஓடுகிறேன்?” என்னை நானே கேட்டுக் கொண்டேன். “அவள் ஏதும் கொடூர ராட்சசியா என்ன?” பிறகு இடுகாட்டை நோக்கி எனது பாதையை நெய்தேன். நான் மெல்ல நெருங்கினேன், அவள் என்னைக் கவனிக்கவில்லை. கல்லறையின் மீது கிடந்த கூழாங்கற்களை அளைந்து கொண்டிருந்தாள். மொஹம்மதியின் கல்லறை மிகவும் குட்டியாக தலைப்புறக்கல்லுக்கும் அடிப்புறக்கல்லுக்கும் நடுவே வேயப்பட்டிருந்தது. எப்படி இது அவனைக் கொள்ளுமளவுக்குப் போதுமானதாக இருக்கும்? எனது நிழல் கல்லறையின் மீது வீழ்ந்த சமயத்தில், மர்சூகா நிமிர்ந்து என்னைப் பார்த்தாள். படபடப்பு மேலோங்க அவள் சுற்றுமுற்றும் தனது ஃபெடீரைத் தேடி எடுத்து அதை என்னிடம் தந்தாள். “வா, மகனே, படையலைச் சாப்பிடு.” நான் சொல்ல விரும்பினேன், “எனக்கு வயிறு முழுக்க நிரம்பியிருக்கிறது.” ஆனால்… எனக்குத் தெரியவில்லை… என்னால் முடியவில்லை. அவள் ஃபெடீரின் ஒரு சிறிய துண்டை உடைத்து அதைக் கொடுத்தாள்: “வெறுமனே இதையாவது சாப்பிடு.” ஆகவே நானதை வாங்கிக் கொண்டு அவளுக்குப் பக்கத்தில் அமர்ந்தேன், கல்லறையை வெறித்தபடி, உப்புக் கூடிய அந்தத் துண்டை அமைதியாக மென்றபடி. அவள் தன்னுடைய கரத்தை கல்லறையை நோக்கி நீட்டினாள்: “உன்னால் அதைப் பார்க்க முடிகிறதா? வசந்தம் அவனுடைய கல்லறையின் மீது மலர்ந்திருக்கிறது.”

நான் விம்மத் தொடங்கினேன்.

“நான் உன்னை அச்சுறுத்தி விட்டேனா? அழாதே. நான் குழந்தைகளைச் சாப்பிட மாட்டேன். உன்னால் இதைக் கேட்க முடிகிறதா, மொஹம்மதி? அவர்களின் அம்மாக்காரிகள் என்னைப் பற்றி அவர்களிடம் பயமுறுத்தி வைத்திருக்கிறார்கள். யாரிடம் உன் அம்மாவை நீ விட்டுச் சென்றிருக்கிறாய், நன்றிகெட்ட பிள்ளையே? நீயும் கூட என்னிடமிருந்து விலகியோடி என்னைத் தனியாக விட்டுச் சென்றிருக்கிறாய். திரும்பி வா, என் செல்லமே, அல்லது என்னையும் உன்னிடம் அழைத்துக் கொள். மொஹம்மதி, நான் பேசுவது கேட்கிறதா? மொஹம்மதி, அவர்கள் உன்னைக் கொன்று விட்டார்கள், என் செல்லமே. அவர்கள் உன்னைக் கொன்று விட்டார்கள்.” உண்மையில், வெறுமனே முணுமுணுப்பதைப் போல, அவள் அத்தனை அமைதியாகப் பேசினாள்.

“நான் பயந்திருக்கிறேன் என்பதற்காக அழவில்லை,” அவளிடம் நான் சொல்ல விரும்பினேன். ஆனால்... எனக்குத் தெரியவில்லை... என்னால் முடியவில்லை. பிறகு நான் எழுந்து நின்றபோது, அவள் என்னைப் பார்க்கவில்லை. அவள் என்னைப் பார்க்காதவகையில் நான் கவனமாக விலகி நடந்தேன். வெகுதூரம் போன பிறகு, எனக்கு நானே சொல்லிக் கொண்டேன்: “மரணம் *ஹா* என்னும் எழுத்தைப் போன்றது, அப்தெல்சலாம் அந்த வீரனைப் போன்றவன், ஃபெடீர் உப்பு கரிக்கிறது, மேலும் இதன்பிறகும் மர்சூகா என்னை நேசிப்பதில்லை.”

“முக்தார், அவள் மகன் இறந்திருக்கிறான்.”

ஆனால் அனைவரிடமும், முக்தார் இதே பதிலைச் சொன்னான்: “ஒரு நொண்டி செத்துப் போனான். ஓர் இறைதூதரா இறந்தது? அவன் என்னுடைய தம்பியும் கூட, அவனது ஈமக்கிரியைக்கானச் செலவுகளை என் கையிலிருந்து நானே செய்தேன், படையலையும் கூட. இறந்து போகிறவர்கள் அமைதியில் உறைகிறார்கள், ஆனால் உயிரோடிருப்பவர்களோ எப்போதும் பசியோடு வாழ்கிறார்கள்.”

“முக்தார், மக்கள் என்ன சொல்வார்களென்று யோசி.”

“குறைந்தபட்சம் அவள் வீட்டைச் சுத்தம் செய்யலாம், மாடுகளைப் பிடித்துக் கட்டலாம், தண்ணீர் கொண்டு வரலாம். அவளுடைய இருப்பை அவள் சம்பாதிக்க வேண்டும்.”

“சைத்தான் அவள் மூளைக்குள் புகுந்து விளையாடி உன்னை நீதிமன்றத்துக்கு இழுத்துப் போக வேண்டுமென்று விரும்புகிறாயா?”

“நானும் கூட சைத்தான்தான். அத்தோடு சட்டம்தான் என் கேசத்தை நரைக்கச் செய்திருக்கிறது. அவர்கள் என் மீது வழக்குத் தொடுக்கட்டும்.”

“முக்தார், கண்ணியத்தோடு இருந்தால் தலைவலி சற்று குறைவாயிருக்கும்.”

“நான் கண்ணியத்தோடு இருக்க விரும்பவில்லை என்றெண்ணுகிறாயா? என் மகனுக்குத் திருமணம் செய்ய உதவுகிறேன், வீடும் சிறிதாக இருக்கிறது. ஏன் அவர்களில் யாரும் அவளை அழைத்துப் போகக்கூடாது?”

மரணம் ஹா[7] என்னும் எழுத்தைப் போன்றது, ஃபெடீர் உப்பு கரிக்கிறது. நான் அழவிருந்தேன், ஆனால் பிறகு பசியை உணர்ந்தேன், எனவே நான் வீட்டுக்கு விரைந்தேன்.

நொண்டிக்குத் திருமணம் நடக்கிறது

காலை வரைக்கும் என்ன நடந்ததென்று எனக்குத் தெரியாது. புதிதாக மணமானவர்களின் இல்லத்தில் நான் உறங்கியிருக்கவில்லை. "இப்போது உன் அப்பாவோடு சேர்ந்து வீட்டுக்குப் போ," என் அம்மா என்னிடம் சொன்னார். "மேலும் நாளைக்கு நீ மசூதியிலிருந்து கிளம்பும்போது, இங்கு என்னோடு மதியவுணவு அருந்த வா." எனவே என் அப்பாவோடு திரும்பிச் சென்று நான் உறங்கிப் போனேன். காலை வரைக்கும் என்ன நடந்ததென்று எனக்குத் தெரியாது.

தாழ்வாரத்தில் இருந்து அவர்களைப் பார்த்தேன், ஆக நான் ஓடிப் போய் அந்தக் கூட்டத்தின் வால்பகுதியில் சென்று சேர்ந்து கொண்டேன். ஷேக், ஜெண்டார்மேக்கள்[8] மற்றும் மர்சூகா ஆகியோரைத் தொடர்ந்து பத்துக்கும் மேற்பட்ட மனிதர்கள் போனார்கள், அவர்கள் முணுமுணுத்தார்கள்: "அவள் மகன் செத்த நாளில்தான் இது தொடங்கியது. பாவப்பட்ட ஜீவன். பிள்ளைகள் நமது மூளைகளை மழுங்கச் செய்கிறார்கள். பிறகு அந்த இன்னொரு பெண், அவள் செய்த தவறு என்ன? நம்பவே முடியவில்லை..." மர்சூகாவின் மணிக்கட்டுகளில் விலங்குகள் போடப்பட்டிருந்தன, ஜெண்டார்மேக்களில் ஒருவன் அவளுடைய கையை இறுகப் பற்றியிருந்தான். என்னால் எதையும் கேட்க முடியவில்லை. என்னவென்று தெரிந்து கொள்ளும் என்னுடைய ஆர்வம் என்னை மீறி அதிகரித்தபோது, அந்தக் கணத்தில் நாங்கள் இடுகாட்டை வந்தடைந்திருந்தோம், கூட்டத்தில் இருந்து தன்னை விடுவித்துக் கொண்டு மர்சூகா மொஹம்மதியின் கல்லறையை நோக்கி ஓடுவதை நான் பார்த்தேன். அந்த அதிர்ச்சியிலிருந்து ஆட்கள் விடுபடுவதற்கு முன்னால், ஒரு வெண்ணிற உடையின் ரத்தந்தோய்ந்த துண்டுப்பகுதியை உருவியெடுத்த மர்சூகா - எப்படி அல்லது எங்கிருந்து என எனக்குத் தெரியவில்லை - ஒரு பைத்தியக்காரப் பெண் போல அலறியபடியும் ஊளையிட்டபடியும் அதை அந்தக் குட்டிக்கல்லறையின் மீது வீசினாள்: "வாழ்த்துகள், மொஹம்மதி... வாழ்த்துகள், மணமகனே, ஹோஹோஹோஓஓ. மணப்பெண் ஒரு கன்னி.

அவளுடைய சிர்வாலில் சிவப்பான ரத்தத்தைப் பார்த்தாயா. வாழ்த்துகள், மணமகனே, ஹோராஹோராஹோராஓஓ."

ஆட்கள் ஓடிப் போய் அவளைப் பிடித்தார்கள். "அவளுக்குப் புத்தி பேதலித்து விட்டது... முட்டாள் பெண்... கடவுள்தான் அவளுக்கு உதவ வேண்டும்." ஜெண்டார்மேக்கள் மீண்டும் அவளை வீதிக்கு இழுத்து வந்தார்கள்: "இவளுக்குப் பைத்தியம் பிடித்திருக்கிறது, முழுமுற்றான பைத்தியம்." "உண்மையாகவே இவள் முட்டாள்தானா அல்லது நம்மை முட்டாள்களாக்கப் பார்க்கிறாளா என்பதைக் கண்டுபிடிப்போம்," ஜெண்டார்மேக்களில் ஒருவன் சொன்னான். குழந்தைகள் குழுமி நின்றார்கள்; பெண்கள் தொலைவிலிருந்து பார்த்து தங்களுக்குள் கிசுகிசுத்தார்கள். ஒரு இளைஞன் சொல்வதை நான் கேட்டேன், "மணமகன் இன்னும் அவளைப் புணரவில்லை."

"மர்சூகா என்ன செய்தாள்?" நான் கேட்டேன். "மர்சூகா என்ன செய்தாள்?"

"உனக்குத் தெரியாதா?" குழந்தைகளில் ஒருவன் பதிலளித்தான். "அவள் ஒரு கத்தியைக் கொண்டு அப்தெல்சலாமின் மணப்பெண்ணைக் கொன்று விட்டாள்."

◆◆◆

குறிப்புகள்:

1. மிஸ்வாக் (Miswak) – பல் துலக்கப் பயன்படும் மரக்குச்சி
2. சிபா (Siba) – காலனியத்துக்கு முந்தைய மொராக்கோவில் அரசாட்சிக்குக் கட்டுப்படாத மக்கள் வாழ்ந்த நிலப்பகுதி
3. ரிஃப் புரட்சி (Riff Revolt) – ஸ்பானிய ஆக்கிரமிப்பாளர்களுக்கும் மொராக்கோவின் ரிஃப் மலைப்பகுதியைச் சேர்ந்த பூர்வகுடிகளுக்கும் இடையே 1921 முதல் 1926 வரை நடைபெற்ற போர்.
4. சிர்வால் (Sirwal) – பெரும்பாலான இஸ்லாமிய நாடுகளில் அணியப்படும் தளர்வான காற்சட்டை. கிறித்துவக் காலக்கட்டத்துக்கு முந்தைய ஆடை.
5. ஃபெடீர் (Fiteer) – எகிப்தியப் பாரம்பரிய உணவுவகை.
6. இஸார் (Izaar) – ஏமன் நாட்டின் பாரம்பரிய உடை. இந்தியர்கள் அணியும் லுங்கியைப் போன்ற கீழாடை.
7. அராபிய எழுத்து ஹா (Haa) – மரணம் என்பதைக் குறிக்கும் அராபிய வார்த்தையின் வேர்ச்சொல்லாக விளங்குவம் எழுத்து ஹா.
8. ஜெண்டார்மே (Gendarme) – பிரெஞ்சுக் காலனிய நாடுகளில் காவல்பணியில் ஈடுபடுபவர்கள்.

சமீரா அஸ்ஸாம் (Samira_Azzam) (1927 – 1967)

பாலஸ்தீனத்தைச் சேர்ந்த முன்னோடி சிறுகதை எழுத்தாளர், ஒலிபரப்பாளர் மற்றும் மொழிபெயர்ப்பாளர். 1927இல் அப்போதைய பாலஸ்தீனத்தின் ஆக்ரே நகரில் மரபான கிறித்துவக் குடும்பத்தில் பிறந்தவர் சமீரா. பதினாறு வயதில் பள்ளி ஆசிரியராகப் பொறுப்பேற்றார். 'Coastal Girl' எனும் புனைப்பெயரில் பாலஸ்தீனிய செய்தித்தாள்களில் அப்போதே கட்டுரைகள் எழுதினார். 1948இன் பாலஸ்தீன் பேரழிவின்போது குடும்பத்தோடு லெபனானுக்குக் குடிபெயர்ந்தார். இரண்டு வருடங்களுக்குப் பிறகு ஈராக்கில் ஒரு பள்ளிக்குத் தலைமையாசிரியாகச் சென்றார். வானொலி மற்றும் எழுத்தின் வாயிலாக சமீரா தொடர்ச்சியாக மக்களோடு உரையாடினார். 1960-களில் அவருடைய எழுத்துகள் வெளிப்படையாக அரசியல் பேசத் தொடங்கின. 'பாலஸ்தீனியர்களின் புலம்பெயர் அனுபவங்கள்' என்பதே அவரது பெரும்பாலான கதைகளின் அடிநாதமாக இருந்தது. அரசுக்கு எதிராக மக்களைத் தூண்டுவதாகக் குற்றஞ்சாட்டி ஈராக் அரசு அவரை நாட்டை விட்டு வெளியேற்றியபோது பெய்ரூட்டில் குடியேறினார். 1967இல் மகிழுந்தில் பயணிக்கும்போது மாரடைப்பால் காலமானார்.

அவரும் அலாரம் கடிகாரமும்

நேரம் இன்னும் அதிகாலை நான்கைத் தொட்டிருக்கவில்லை. அலாரத்துக்கு இருபது நிமிடங்கள் முன்பு நான் எழுந்து கொண்டேன். அவ்விரவில் எனக்கு உறக்கத்தின் சுவை பிடிபடவில்லை என்பதை ஏன் நான் வெறுமனே ஒத்துக் கொள்ளக்கூடாது? திரும்பி உள்நுழைவதற்கு முன்பு, எனக்குச் சொந்தமான இரண்டே இரண்டு மேலங்கிகளுக்கு முன்னால் நின்றிருந்தேன். பணியில் எனது முதல் நாளுக்கு ஒன்றை நான் தேர்ந்தெடுக்க வேண்டும். பழுப்பு நிற மேலங்கியை நான் வெகுவாக விரும்பியபோதும் என் அம்மா சொன்னார், "மேலாளருடனான நேர்காணலுக்கு அதை அணிந்தாய். மற்றதை அணிந்து கொள்." எப்படி இந்தத் தகவல்களைப் பெண்கள் நினைவில் கொள்கிறார்கள்? சொல்வதெனில் நானதை மறந்திருந்தேன். எனது குட்டி அலாரம் கடிகாரத்தை அதிகாலை நான்கு மணிக்கு ஒலிக்குமாறு வைத்தேன், ஆனால் மூன்று முறை எழுந்தேன், என்னை அது கைவிட்டு விடலாமென்கிற பதற்றத்தில், ஒவ்வொரு முறையும் அதைச் சோதித்தேன். என்னை எழுப்பச் சொல்லி என் அம்மாவை அறிவுறுத்தியபோது, என் அத்தை தானே அதற்கு முன்வந்தார். அவ்வாறே என் சகோதரியும் என் அப்பாவும். உண்மையில், அன்றிரவு நான் ஒரு பொட்டுக் கூட உறங்கவில்லை. அலாரம் கடிகாரம் உரக்கப் பாடியபோது படுக்கையிலிருந்து நான் துள்ளிக் குதித்தெழுந்தேன். என் அம்மா, என் அத்தை, உடன் என் தங்கையும் கூடத் துள்ளியெழுந்தார்கள்,

நான் சவரம் செய்யவும் குளிக்கவும் வெந்நீர் வைப்பதற்காக என் அம்மாவும், அதற்குமுன் ஒருபோதும் நான் பார்த்திராத வகையில் தாராளமான காலையுணவை எனக்கெனத் தயாரிப்பதற்காக என் அத்தையும் (இப்போது நான் பணியில் இருக்கிறேன் அல்லவா), உடன் எனது காலணிகளை மெருகேற்ற என் சகோதரியும். குளியலறையில் நின்றிருந்தேன், ஷேவிங் க்ரீமை எனது முகத்தில் மெல்லத் தேய்த்து வருடியபடி, மேலும் என்னுடைய நடுக்கத்தை மறைக்க ஏதோவொரு ராகத்தை சீழ்க்கையடித்தபடி [illegible]. அப்போதுதான் தெளிவான ஆனால் தீர்க்கமான கதவைத் தட்டும் சத்தத்தை நாங்கள் கேட்டோம். என் அத்தை முன்கதவுக்கு விரைந்து சென்றார். பெரும்பாலான மக்கள் இன்னும் தங்களின் நாளைத் தொடங்கியிருக்க மாட்டார்களென்பது நினைவு வர அவர் சட்டென்று நின்றார். அவருக்குப் பின்னால் நானும் கதவை நோக்கி விரைந்தேன் என்றாலும் அங்கு வந்தவுடன் நானும் தயங்கினேன். எனக்குள்ளாக நான் சுதாரித்துக் கொண்டு கேட்டேன், “யாரது?” எங்களுடைய கதவின் ஒன்றிணைந்த மடிப்புகளுக்குப் பின்னாலிருந்து, யாரோ சொல்வதை நான் கேட்டேன், “நீங்கள் விழித்து விட்டீர்களா, திரு. ஃபாதி?”

கதவுக்குமிழின் மீது எனது கையைப் பொருத்தி அதைத் திருகினேன். அது திறந்தபோது அந்த இரவுநேர அழைப்பாளர் ஏற்கனவே திரும்பிச் சென்றிருக்க இருட்டுக்குள் ஒரு நிச்சயமற்ற உருவத்தை மட்டுமே என்னால் வரையறுக்க இயன்றது. அதிசயித்தவாறே, நான் சவரத்துக்குத் திரும்பினேன். அளந்து விடுவதற்கான வாய்ப்பை என் அத்தை வீணடிக்கவில்லை. எந்த ஐயப்பாடும் இல்லாத விதத்தில் அவர் சொன்னார், “ஃபாதியின் பணி உண்மையாகவே மிக முக்கியமானதாக இருக்க வேண்டும்! இல்லையெனில் அவனை எழுப்புவது குறித்து அரசாங்கம் ஏன் கவலைப்படப் போகிறது?”

எவ்விதத் தயக்கமுமின்றி என் அத்தையின் விளக்கத்தை நான் ரசித்தேன், பெருமையோடு. உடையணிந்த சமயத்தில் நான் சுய-முக்கியத்துவம் குறித்த எனது புதிய கூருணர்வில் திளைத்திருந்தேன், இரண்டு முட்டைகளை அவசர அவசரமாக விழுங்கினேன், தேவையற்ற புத்திமதிகளை எனது காதுகளுக்குள் ஓதியபோது என் தங்கையைத் திட்டினேன், மேலங்கியை என் மீது சுற்றிக் கொண்டு, கதவைச் சென்றடைந்தேன், முன்கதவின் கீறல்கள் வழியே என் அத்தையின் பிரார்த்தனைகள் தெறித்து வந்து எனது முதுகில் மோதியபடி இருந்தன,

அதிகாலை பிரார்த்தனைக்கான அழைப்பு கடைசியாக அவற்றை மூழ்கடிக்கும் வரைக்கும். அத்தையின் குரல் மியூசினின்[1] குரலுக்குள் தேய்ந்து மறைந்தது, அவருடைய அதி ஆழங்களிலிருந்து கிளம்பினாலும் ஒலியலைகள் விடியற்பொழுதின் வெண்ணிற ஒளிக்குள் உருகி வீதிகளில் அலைந்து திரிந்த மக்களின் காதுகளுக்குள் சென்று தேங்கின, நன்கு அறிமுகமான, மெல்லிய பனித்துளியாக, அவர்களின் முகங்களில் புன்னகைகளைத் தேக்கி, ஊசியாகக் குத்திய காற்றில் இறுகியிருந்த தசைகளை இளகச் செய்தன.

பிரார்த்தனை உறக்கத்தை விடச் சிறந்தது.

ஆனால் எனது கிராமம் உறக்கத்தில் ஆழ்ந்திருந்தது. அடுமனையில் பணி செய்யும் சிறுவனைப் பிடிப்பதற்கென எனது நடையை எட்டிப் போட்டபோது - அற்புதமாய் உணர்ந்ததொரு தொப்பிக்குள் அவனுடைய தலையும் கழுத்தும் மறைந்து போனதாகத் தோன்றியது - நடைபாதையின் மேல் என்னுடைய காலணிகள் உருவாக்கிய ஓசையை வாழ்வில் முதன்முறையாக என்னால் கேட்க முடிந்தது.

ரயில் நிலையம் நகரின் மறுபக்கத்தில் இருந்தது. அதைக் கட்டிய காலத்தில் மாபெரும் எழுச்சி உருவானது, நகரின் வரலாற்றுச் சிறப்புமிக்க சுவர்களோடு அத்தனை பொருந்தாத கட்டுமானம், தென்புற வாயிலில் இருந்து ஏறத்தாழ இரண்டு கிலோ மீட்டர் தூரத்தில் அது இருந்தது. வாயிலை அடைய நாங்கள் ஒரு பழங்காலச் சந்தையின் வழியே செல்ல வேண்டும், பகற்பொழுது முழுக்க பரபரப்பான நடவடிக்கைகளால் நிறைந்திருக்கும் ஒரு மையம், தானியங்களையும் மேலும் எதையெல்லாம் அளவைகளால் எடை போட முடியுமோ அதையெல்லாம் மனிதர்கள் அங்கு வாங்கியபடியும் விற்றபடியும் இருப்பார்கள். வியாபாரிகளும், தரகர்களும், உடன் சுமைதாங்கும் மிருகங்களும் சுற்றிச் சுற்றி வருவார்கள், தன்னுடைய முதலாளி ஏதேனும் வியாபாரியிடம் அல்லது மற்றவரிடம் அவரது பேரத்தை முடிக்கும்வரை காத்திருக்கும் வேளையில் கழுதைகள் தனது நீண்ட மூக்கை திறந்து கிடக்கும் ஏதேனும் ஒரு தானிய மூட்டைக்குள் நுழைத்திருக்கும்.

என்றாலும், அது அமைதியாக இருந்தது, யாதொரு பாதசாரியும் இன்றி காலியாக, மேலும் அதிகாலையில் நான் சென்றபோது பாழடைந்ததாகவும். நான் கிட்டத்தட்ட ஓர் ஓட்டநடைக்குள் நுழைந்திருந்தேன் ஆனால் தற்போது

நானொரு தொழிலாளி என்பது நினைவுக்கு வர உடனடியாகச் சுதாரித்துக் கொண்டேன். சந்தையின் குறுக்கில் சுறுசுறுப்பாக நடந்து சென்றேன், தென்புற வாயிலினூடாகப் போய், நுழைவாயிலுக்கும் ரயில் நிலையத்துக்கும் இடையேயான தூரத்தைக் கடந்தேன். என்னுடைய புதிய முதலாளி எனக்குத் தந்திருந்த அனுமதிச்சீட்டைக் காட்டி ரயிலில் ஏறினேன். எனக்கு எதிர்ப்புறம் அமர்ந்திருந்த இரு இளைஞர்களின் கவனத்தை அது ஈர்த்திருக்க வேண்டும் ஆனாலும் துருவிப்பார்க்க அவர்கள் முயற்சி செய்யவில்லை, நானும் கூட அவர்களோடு பேசுவதற்கு தைரியம் கொண்டிருக்கவில்லை. கண்முன்னே தொலைவுகள் விரைந்து மறைவதைப் பார்ப்பதில் என்னை நான் ஈடுபடுத்திக் கொண்டேன், காலைப்பொழுது நெருங்கி வர, விடியலின் நிறங்களால் மினுமினுத்த அத்துவானத்தின் மீது கண்கள் இப்போது நிலைத்திருந்தன.

வேலையில் என்னுடைய முதல் நாளென்பது அத்தனை எளிதான காரியமாக இருக்கவில்லை. அத்தகைய பார்வைகள் இருக்கவே செய்தன, ஆராய்கிற, வினவுகிற, மட்டந்தட்டுகிற, பழித்துரைக்கிற பார்வைகள்... மேலும் எளிதில் புரியாத மர்மமான கோப்புகளும், ஆரம்பமோ அல்லது முடிவோ இல்லாத எண்களும், உடனடியாக உடைத்தே தீர வேண்டுமென்கிற குறியீடுகளும். எனது தற்பெருமை சிறுத்துப் போக நீண்ட நேரம் ஆகவில்லை. ராட்சதர்களால் சூழப்பட்ட ஒரு மாபெரும் நிறுவனத்தில் யாருமறியாத ஒரு சிறு தூசு என்பதைத் தவிர நான் வேறொன்றும் இல்லை. என் அத்தை மட்டும் என்னைப் பணிநேரத்தில் பார்த்திருந்தார் என்றால் என்னைப் பற்றிய அவருடைய அனுமானத்தை முழுதாக மாற்றிக் கொண்டிருப்பாரென்பதோடு முன்னதாகக் காலையில் விழுங்கிய இரண்டு முட்டைகளும் எனக்குச் சற்று அதிகமென்றே எண்ணியிருப்பார். நானாக ஊகித்துக் கொண்டிருந்தேன் – என்னை எழுப்ப யாரையோ அனுப்பினார்கள் என்கிற காரணத்தால் – நான் முக்கியமானவன் என்று. ஆனால் நானோ ஒரு வெறிபிடித்த நாயால் மிரட்டப்படும் பயந்தாங்கொள்ளிப் பூனை மட்டுமென்பதை எனது முதல்நாள் வேலை எனக்குச் சொல்லிக் கொடுத்தது.

என்றாலும், அடுத்தநாள் நான் மீண்டும் இரண்டு முட்டைகளைச் சாப்பிட்டுக் கொண்டிருந்தேன், அதே குரல் என்னை துயிலெழுப்ப வந்தபோது. எழுந்து கொள்வதற்கான அழைப்பு நிஜமாகவே என்னை முக்கியமானவனாக

உணரச் செய்தது. உண்மையைச் சொன்னால், கதவைத் திறந்து அந்த நேரத்துக்கு என் நினைவுக்கு புலப்படும் எந்த வார்த்தையாலும் நன்றி சொல்வதைப் பற்றிக் கூட நான் கவலைப்படவில்லை. நாம் எடுக்கும் தீர்மானங்களில் பெரும்பாலும் மகிழ்ச்சியடைகிறோம் என்பதோடு அரிதாகவே அவற்றைக் கேள்விக்கு உட்படுத்துவோம். ஒரு மாதம் முழுக்க அதன் முக்கியத்துவம் குறித்து என்னை நம்பவைப்பதில் என் அத்தை வெற்றியடைந்தார் என்றே சொல்ல வேண்டும், ஒவ்வொரு அதிகாலையிலும் அந்த இரவுநேர அழைப்பாளர் என்னை எழுப்பி விட வந்த வரைக்கும். எனது அழைப்பாளருக்கு முகமன் சொல்வதற்காகக் கதவைத் திறப்பதைக் கூட நான் நிறுத்தியிருந்தேன்.

பத்து மாத முயற்சியின் தொடர்ச்சியாக, தங்களுடைய புதிய கூட்டாளிகளின் முன்னே பழைய தொழிலாளர்கள் நிறுவியிருந்த பனிமலையை உருக்கிட, இறுதியில் எனக்குச் சாத்தியமான பிறகு, என்னுடைய கூட்டாளிகளில் ஒருவன் சொன்னதைக் கேட்டபோது நான் சற்று அதிகமாகவே ஆச்சரியப்பட்டேன், அதாவது அபு ஃபௌளத்தின் கதவுத்தட்டல்கள் எந்தக் கடிகாரத்தை விடவும் துல்லியமானவை என்றும், உடன் அவை இல்லாமல் போனால் ஹைஃபாவில்[2] உள்ள தனது பணிக்கு ஒவ்வொரு நாளும் அவன் வாடகைச் சீருந்தில்தான் போக வேண்டியிருக்குமென்றும். அவனது அலாரம் கடிகாரத்தை மட்டும் நம்பி இருந்திருந்தால் உறுதியாக அவன் ரயிலைத் தவற விட்டிருப்பான்.

பிறகுதான் எனக்கு அது புலப்பட்டது, எனது இரவு வருகையாளர் ஒரு நிஜமான மனிதனாக இருக்கலாம், அவருக்கென்று ஒரு பெயரும், ஓர் ஆளுமையும், தனிப்பட்ட குணநலன்களும், கூடவே அனேகமாகப் பிரத்தியேகமான சூழலில் வாழ நேர்ந்த ஒரு வாழ்க்கையும் கூட. அதுவரைக்கும், ஒவ்வொரு விடியலிலும் ஒரே சொற்றொடரைத் திரும்பத் திரும்பச் சொல்லும் குரலாக மட்டுமே அவர் எனக்குள் பதிவாகியிருந்தார். ஆக இப்போது நான் அதைக் கண்டுபிடித்தேன், ஒரு விபத்தைப் போல, அவருக்கு ஒரு பெயர் இருக்குமென்பதை, அவருக்கு ஒரு முகமும் இருக்க வேண்டுமென்று நான் நினைத்தேன்.

அடுத்த நாள் அவர் எங்களுடைய கதவைத் தட்டுவதைக் கேட்டவுடன், அவர் விலகிப் போவதற்கு முன் விரைந்து சென்று கதவைத் திறந்தேன். என்னைப் பார்த்தபோது

எனது வாழ்த்துகளுக்கு அவர் மிகக்குறைந்த ஆர்வத்துடன் பதிலளித்தார், "நீதான் ஃபாதியா?" அவர் ஒரு நடுத்தர-வயது மனிதராயிருக்க கருப்புநிற மேலங்கிக்குள்ளும் பழைய அடர்வான ஃபெஸ்ஸுக்குள்ளும்[3] அவரது உடல் மறைந்திருப்பதாகத் தோன்றியது. ஆனால் அவரது தோரணை எப்போதும் தனக்கு முன்னிருக்கும் கதவைத் தட்ட அவர் தயாராயிருக்கிறார் எனும் உணர்வைத் தந்தது, துல்லியமாகச் சரியான நேரத்துக்கு, ஒருபோதும் தவறாமல். அவரை உள்ளே அழைக்கக் கடமைப்பட்டிருப்பதாக உணர்ந்தேன், தயைகூர்ந்து, உள்ளே வாருங்கள், ஆனால் அவர் தன்னை மன்னிக்கும்படி கேட்டுக்கொண்டார். இன்னும் தான் கஸனை எழுப்ப வேண்டுமென்று அவர் சொன்னார், அப்துல்லாவை, யூசுஃபை, மேலும், மேலும், மேலும்... அவர் திரும்பி, என்னை விட்டு விலகினார், உடனடியாக இருளால் விழுங்கப்பட்டார். எனது புதிய நண்பன் அப்துல்லாவிடம் அவரைப் பற்றி விசாரித்தேன், வேலைக்காக நாங்களிருவரும் ஒரே ரயிலில் பிரயாணம் செய்தபோது, ஒரு மனிதராக அவரை உருவகப்படுத்த முயற்சி செய்பவனாக.

நாங்கள் சிறிய கிராமத்தில் வசித்தோமென்பதால் எங்களுடைய கதைகள் ரகசியங்களாக இருந்ததில்லை. கருணைமிகுந்த கிராமத்தார் யாவரும் ஒரு மாலையில் சோகத்தில் ஆழ்ந்தார்கள் - என் அம்மா, என் அத்தை, என் சகோதரி, அன்றிரவு வருகை தந்த அயலவர் என அனைவரையும் போலவே - ஃபௌத்தின் துயரார்ந்த கதையை அவர்கள் கேட்டபோது. ஃபௌத் ரயில் நிறுவனத்தில் தொழிலாளியாக இருந்தான். ஒருநாள் காலையில் அவன் தாமதமாக வர ரயில் ஏற்கனவே நிலையத்தை விட்டுக் கிளம்பியிருந்தது. அவன் தாவினான், கதவுகளில் ஒன்றைப் பற்றிக்கொண்டு உள்ளே ஏற முயற்சித்தான், ஆனால் அவனது கைகள் அவனைக் கைவிட்டன. அவன் நழுவி தண்டவாளங்களின் மீது விழுந்தான். ரயிலின் இதயமற்ற சக்கரங்களுக்குக் கீழ் அந்த மென்மையான இளைஞன் அடையாளங்காணவியலாத சதைக்குவியலாக மாறிப் போனான்.

அந்த வாரத்தில் கிராமத்தார் அவ்விளைஞனுக்காக துக்கம் அனுசரித்தார்கள், சதையும் எஃகும் சந்திக்க நேர்ந்த துயரநாடகத்தை தங்களுக்குள் திரும்ப திரும்பச் சொல்லியபடி. துணிச்சந்தையில் சிறிய கடையைச் சொந்தமாகக் கொண்ட நூல் வியாபாரிதான் அவன் தந்தை என்பதை நாங்கள் தெரிந்து

கொண்டோம். வெவ்வெறு நிறங்களில் சுவர்களில் தொங்கிய சில நூற்கற்றைகளும் அதன் மிகச்சிறிய பரிமாணத்தால் எனது கவனத்தை ஈர்த்த ஓர் அளவையும் தாண்டி அவருடைய உடைமைகள் என ஏதுமில்லை. இரண்டு திர்ஹம் மதிப்புக்கு மஞ்சள்நிறப் பட்டு நூலை வாங்கி வருமாறு என் அத்தை என்னை அங்கு அனுப்பியபோது இதையெல்லாம் நான் பார்த்தேன், தான் மிகவும் நேசித்து அணிந்த கழுத்துக்குட்டையின் விளிம்புகளைச் சீர்படுத்த அவற்றை அவர் பயன்படுத்தினார்.

அந்த விபத்து இரண்டு வருடங்களுக்கு முன்பு நிகழ்ந்தது. இந்தத் தகவல்கள் யாவையும் நான் நினைவுகூர்ந்தபோது, இந்த விபத்துக்கும் நிறுவனத்தின் அத்தனைத் தொழிலாளர்களையும் எழுப்பும் பொறுப்பைத் தன் மீது ஏற்றிக் கொண்டிருந்த ஃபௌத்தின் அப்பாவுக்குமான உறவு பற்றி எனது நண்பனிடம் கேட்க மறந்து போனேன். மாலை வரைக்கும் எனது ஆர்வத்தைக் கட்டுப்படுத்த என்னால் முடியவில்லை. அப்துல்லாவைத் தேடிப் பிடித்து அவனிடமிருந்து தெரிந்து கொள்ளாலாமென அலுவலகத்திலிருந்து கிளம்பினேன். ஆனால் திரும்பியபோதோ இரண்டு வருடங்களுக்கு முன்பு அன்று மாலை ஃபௌத்தின் மரணம் பற்றி அறிந்தபோது இருந்ததை விட அதிகமும் சோகமாயிருந்தேன். அந்தத் தந்தை, தன் ஒரே மகனே இழந்த அவர், வைகறைக்கு முன் எழுவதைத் தன்னுடைய கடமையாகக் கொண்டிருந்தார், கிராமம் முழுக்கச் சுற்றி வந்து, அவருடைய மகனின் கூட்டாளிகளை எல்லாம் எழுப்புவார், ஒவ்வொருவராக, ஆக யாரும் தாமதமாகச் செல்ல மாட்டார்கள், அதன் விளைவாக அவருடைய மகனுக்கு நேர்ந்த விதியை அவர்கள் சந்திக்க வேண்டியிராது.

அந்தக் கதையை என்னோடு வீட்டுக்கு எடுத்து வந்து இரவுணவு மேசையில் எனது குடும்பத்திடம் சொன்னேன், என்னுடைய இரவுநேர அழைப்பாளரின் அடையாளத்தை வெளியிடுவதால் அவர்களுக்கு முன் எனது முக்கியத்துவம் குறைந்து போகலாம் என்பதைப் பற்றிக் கவலைப்படாமல். என் அம்மா விம்மினார். என் அத்தை புருவங்களைச் சுருக்கினார், ஒரு கண்ணீர்த்துளி கூடச் சிந்தாமலும் அல்லது தான் மெல்லுவதை நிறுத்தாமலும். என்றபோதும், மறுநாள் காலையில் தான் கருணையோடிருப்பதாகக் காட்டிக்கொள்ள அவர் ஒரு தீவிரமான முயற்சியை மேற்கொண்டார். அவர் சீக்கிரமே எழுந்தார், இது நிகழ்ந்தது காலையுணவு தயாரிப்பதற்கு எழுவதை நான் வேலைக்குப் போன ஒரே

வாரத்தில் அவர் நிறுத்திக் கொண்ட பிறகு, தட்டும் ஒலியைக் கேட்டவுடன் அதைத் திறக்க வேண்டுமென்பதற்காக கதவினருகே வேகமாகச் சென்றார். காப்பிக் கலத்தையும் ஒரு கோப்பையையும் கூட அவர் எடுத்து வந்தார், பிறகு கடவுளை சாட்சியாக அழைத்தவாறு, கதவோரம் நின்றிருந்தபோதும் அந்த பாவப்பட்ட மனிதர் ஒரு கோப்பை காப்பியை அருந்த வலியுறுத்தினார்.

இதெல்லாம் நடந்தேறியது, கொடூரமான வகையில் அத்தனை விசயங்களும் வேறொன்றாக மாறிய ஒரு பயங்கரமானக் குளிர்காலக் காலைப்பொழுதுக்கு முன்பாக. மழை மிகவும் வலுவாகப் பெய்ததில் சாக்கடைகள் நிறைந்து வழிய தண்ணீர் எங்கெங்கும் ஓடியது, தளங்களோடு இருந்த குறுக்குச்சந்துகளைக் கழுவியபடியும் ஒரு தரையோட்டுக்கும் மற்றொன்றுக்குமிடையே காலம் உழுதிருந்த பள்ளங்களை நிரப்பியபடியும். எனது அலாரம் கடிகாரத்தில் நான் நேரம் வைத்திருக்கவில்லை. அதைச் செய்வதை நான் நிறுத்தியிருந்தேன், இதற்குமேல் முடியாதென்னும் அளவுக்கு மிகுந்த துல்லியத்தோடு எனது இரவு அழைப்பாளர் இருந்தாரென்பதை அறிய வந்தபோது. எனது படுக்கையில் புரண்டு கொண்டிருந்தேன், சூடூட்டுங்கருவிக்கு முன்னால் சுருண்டு கிடக்கும் ஒரு பூனையைப் போல எனது வெதுவெதுப்பான கம்பளியின் அரவணைப்பில் லயித்திருந்தேன், எங்கள் கதவைத் தட்டும் ஒலி கேட்கும் வரைக்கும் நான் எழுகிற தருணத்தை ஒத்திப் போடுகிறவனாக. அதைக் கேட்டவுடனே, எனது கம்பளியை நான் தூர எறிந்தேன், கடிகாரத்தைப் பார்ப்பது குறித்த எந்தக் கவலையுமின்றி, ஆடைகளை அணிந்து, காலையுணவை விழுங்கினேன். கதவை நான் திறந்தபோது, கதவின் மீது ஒடுங்கிச் சாய்ந்திருந்த அந்த மனிதர் என்னை ஆச்சரியத்தில் ஆழ்த்தினார். ஏதோ அந்த மெல்லிய தூறலையும் கூரையின் முனையில் மோதித் தெறித்த மழைத்துளிகளையும் அவர் தவிர்க்க விரும்பினார் என்பதாகத் தோன்றியது.

கதவைத் தாண்டிச் சென்றபோது, அவரிடம் சொன்னேன், “மழை நிறைந்த காலைப்பொழுது, இல்லையா?”, அதற்கு அவர் பதிலளித்தார், ஏதோ அங்கு நின்றிருந்ததற்கு மன்னிப்புக் கேட்பது போல, “மழையின் காரணமாக நான் இங்கு ஒட்டிக் கொண்டிருக்கவில்லை. உண்மை யாதெனில் நான் தாமதித்து விட்டேன். நேரத்தைக் கடந்து உறங்கி விட்டேன். ஒருக்கால் மழையும் கூட என்னைத் தாமதிக்கச் செய்திருக்கலாம்.

இன்று உனது கூட்டாளிகளை முதலில் எழுப்பத் தொடங்கி பிறகு கடைசியாகத்தான் உன்னிடம் வந்தேன். ஓடு, மகனே, ஏனெனில் நிலையத்துக்குப் போக உனக்குப் பத்து நிமிடங்களே உள்ளன."

பிறகும் கூட மழைத்துளிகளால் மூடுண்டிருந்த தெருவிளக்குக்குக் கீழே எனது கடிகாரத்தைப் பார்க்க நான் நேரமெடுத்துக் கொண்டேன். புறப்பாட்டு நேரத்துக்கு ஒன்பது நிமிடங்கள் மட்டுமிருந்தன, அதிகபட்சம் போனால் நான் தெற்கு வாயிலைச் சென்றடையும் நேரம். என்னை நானே ஒருங்கிணைத்துக் கொண்டு எனது ஆற்றல் என்னை அனுமதித்த மட்டும் வேகமாக நடந்தேன், என்னுடைய வழக்கமான வேகத்தை இரட்டிப்பாக்கி, மூடிக்கிடந்த சந்தையின் தளம் பதித்த சந்துகளைச் சென்றடையும் வரைக்கும். மூச்சு வாங்குவதற்காக நின்ற ஒவ்வொரு முறையும், கண்முன்னே ரத்தந்தோய்ந்த சதைக்குவியலைப் பார்த்தேன், முன்னர் இரண்டு நல்ல கால்களைக் கொண்ட மனிதனாக அது இருந்தது, என்னைப் போலவே, ரயில் நிறுவனத்தில் தனது பணிக்கு நேரத்தில் சென்றடைய விரைந்தவனை, சக்கரங்கள் அரைத்துத் தள்ளியதற்கு முன்பு. மாபெரும் துயரத்தை எனது வாய்க்குள் என்னால் சுவைக்க முடிந்தபோதும் என்னுடைய பாதங்களில் ஒரு வினோதமான ஆற்றலையும் உணர்ந்தேன்.

ரயில் நகர்வதற்கு முன்னால் நான் அதைச் சென்றடைந்தேன். அதற்குள் ஏறி என்னுடைய வழக்கமான இடத்தைப் பிடிக்கவும் என்னால் முடிந்தது, மூச்சு விடத் திணறியபோதும். நான் வந்தபிறகு ரயில் நகர்ந்ததென்றால் எந்தப் பாதகமுமில்லை, அதன் கதவைப் பிடித்துத் தொங்கி சக்கரங்களுக்குக் கீழே நான் விழுந்திடாத வரைக்கும். ஆனால் ரயில் நகரவில்லை. சில நிமிட ஒக்கீடு தேவைப்பட்ட சிறிய பழுது ரயிலின் புறப்பாட்டைத் தள்ளிப் போட்டிருக்கிறது என்பதை நாங்கள் புரிந்து கொண்டோம். எப்போதும் அட்டவணையின்படியே ரயில் ஓடும், கடிகாரத்தின் பொறியமைப்பைப் போல.

திறந்திருந்த சாளரத்தின் வழியே மழையில் ஊறிய வயல்களையும் கனமான நீர்த்துளிகளின் எடையின் கீழ் வளைந்திருந்த உயரமான புற்களையும் நான் பார்த்தேன். ஒருபோதும் உறங்காத ரயில் நிலையம் சுமைகூலிகளால் நிறைந்திருந்தது, அவர்களோ, பயணப்பெட்டிகளை அல்லது வியாபாரச் சரக்குகளை ஏற்றி முடித்த பிறகு, தற்போது தேநீர்

அருந்தியவாறும் எச்சில் துப்பியவாறும் பலகைகளின் மீது அமர்ந்திருந்தார்கள். பலகாரங்களையும் முட்டைகளையும் விற்பவனைத் தீவிரமாகப் பார்த்துக் கொண்டிருந்த அதே வேளையில் நான் இரவு அழைப்பாளரைப் பார்த்தேன், கதவின் மறுபுறத்தில், ஏதோ தனது முகத்தைத் துடைப்பதைப் போல அவர் என்னைப் பார்த்தார், தன்னுடைய ஈரமான ஃபெஸ்ஸிலிருந்த நீரைக் கொட்டியபடியும், மிகுந்த சிரமத்தோடு மூச்சு விட்டபடியும்.

எது அவரை நிலையத்துக்கு அழைத்து வந்தது? இன்று அவரும் கூட பயணம் செய்கிறாரா என்ன? ஒருவேளை நான் ரயிலைப் பிடிக்க மாட்டேனோ எனப் பயந்து நானதைப் பிடித்ததை உறுதிப்படுத்துவதற்காக எனக்குப் பின்னால் வந்திருப்பாரோ? தீர்க்கமான பதில்கள் எதுவும் என்னிடமில்லை, அதே நேரம் ரயிலின் நாராசமான சீழ்க்கை வைகறையின் பழுப்பு வெளிச்சங்களைக் கிழித்தெறிந்தது, தடங்களின் மீது சக்கரங்கள் கிறீச்சிட, அவற்றின் அசைவால் உருவான இரைச்சல்கள் அதிகரித்தன, ஆக ரயில் முன்னோக்கி நகர்ந்தது. நிலையத்தை விட்டு ரயில் மெல்ல விலகிச் சென்றபோது அதற்கு மேலும் என்னால் அவரைப் பார்க்க முடியவில்லை, அத்துவானத்துக்கு எதிர்நிற்கும் ஒரு கருப்புப்புள்ளி என்பதைத் தவிர்த்து, எவ்விதத் தனிப்பட்ட உருவரைகளும் இன்றி.

மறுநாள் காலை கதவு தட்டப்படும் சத்தத்தை நான் கேட்டபோது முந்தைய நாளின் சங்கதிகள் யாவும் எனக்கு நினைவு வந்தன. கொட்டும் மழையில் என்னைத் துரத்திக் கொண்டு நிலையத்துக்கு ஓடி வந்ததில் அவருக்கு ஏதும் காயமேற்படவில்லை என்பதை அறிந்ததில் எனக்கு நிம்மதியாயிருந்தது. இரண்டு நாட்களுக்குப் பிறகு எங்கள் கதவினருகே அவர் வராமற்போனபோது அவரது முந்தையக் கடுஞ்சோர்வை நான் அதோடு தொடர்புபடுத்தவில்லை. எங்களுடைய பழங்காலச் சமையலறையின் வாயு அடுப்பு உண்டாக்கிய மோசமான இரைச்சலில் அவரது கதவுத்தட்டல்கள் மூழ்கியிருக்கலாம் என்று எண்ணினேன். அவர் வராமற்போனதற்கான காரணம் குறித்து அப்துல்லா அதிசயித்தபோதே எனக்கும் கூட அது உறுதியாகத் தெரிந்தது.

அதற்கு மறுநாளும் அவர் வரவில்லை, அல்லது மூன்றாவது நாளும். எங்களின் ஆர்வமிகுதியும் திகைப்பும் அன்று மதியப்பொழுது பணியிடத்தில் இருந்து வீடு மட்டும் எங்களைப்

பேசிக்கொண்டே வர வைத்தன. துணிச் சந்தையில் உள்ள இந்தச் சிறிய கடையில் அவரைப் பற்றி விசாரிக்கும் வேலையை எனது கூட்டாளிகள் என்னிடம் ஒப்படைத்தார்கள். வீட்டுக்குப் போவதற்கு முன்னால் கடைக்குப் போகத் தீர்மானித்தேன். அதன் சரியான அமைவிடம் குறித்து நான் இரண்டு முறை விசாரிக்கும்படி ஆனது. கடைசியில் நானதைச் சென்றடைந்து கதவு மூடியிருப்பதைக் கண்டபோதும் அறிவிப்புப்பலகை அதன் வழக்கமான இடத்தில் இருந்தது. அவருடைய பக்கத்து கடைக்காரரிடம் நான் கேட்டபோது சொன்னார், “அவர் வெளியே சென்றிருக்கிறார் அல்லது சுகவீனமாயிருக்கிறார். அவர் வெகு குறைவாகப் பேசுகிறவர் என்பதோடு நாங்களும் அடுத்தவர் விசயங்களில் மூக்கை நுழைப்பதில்லை. அவருடைய கடையில் இருக்கும் எதுவும்தான் உங்களுக்கு வேண்டுமெனில், எங்களிடம் அதுவும் அதைவிடச் சிறந்த சரக்கும் உண்டு.”

செய்தியை நான் அப்துல்லாவிடம் கொண்டு போக மறுநாள் அவரது வீட்டைத் தேடிப் போவதென்று முடிவெடுத்தோம். நிஜமாகவே அவருடைய இன்மையை நாங்கள் உணர்ந்தோம். எவரையும் விட அதிகமாக நான் கவலைப்பட்டேன், ஏனென்றால் அவருடைய சுகவீனத்துக்கு நான்தான் காரணமென்னும் அச்சம் கொண்டிருந்தேன். காலையில் அவரது வீட்டைத் தேடிக் கிளம்பினோம், அவருடைய அண்டை வீட்டாரிடம் விசாரித்த பிறகு, ஒரு மரக்கதவை நாங்கள் வந்தடைந்தோம், நாங்கள் புரிந்து கொண்டிருந்ததன்படி, அவர் வசித்த அறைகளுக்கு எங்களை இட்டுப்போகும் தாழ்வாரம் அதன் பின்னால்தான் இருந்தது. அன்றைய தினம் அவரைப் பார்த்தார்களா என வீதியில் திரிந்த இரண்டு சிறுவர்களிடம் ஏற்கனவே நாங்கள் விசாரித்தபோது அவர்கள் இல்லையென்று சொன்னார்கள். அப்துல்லா திரும்பிச் செல்லத் தயாராக இருந்தான், ஏனென்றால் தனது தினசரிப் பயணத்துக்குத் திரும்புவதையே அவன் விரும்பினான், ஆனால் நான் அதில் திருப்தியுறவில்லை. ஏனென்று விளக்க என்னால் முடியவில்லை, ஆனால் ஓர் உள்ளுணர்வு என்னை வெளிப்புறக்கதவை நோக்கிச் செலுத்த, எனது தொடுகையில் அது எளிதாகத் திறந்து கொண்டது. தாழ்வாரம் எங்கள் கண்களுக்கு முன்னே விரிந்தது. அதில் பாதி தரையோடுகளால் வேயப்பட்டிருக்க, தளமிடப்படாத பகுதியில் சிறிய நீரூற்று நின்றிருந்தது, உடன் நிர்வாண அரளிச்செடிகளும். எனக்கு முன்னால் இன்னொரு கதவைக் கண்டேன். அதன் இரண்டு கீல்களில் ஒன்று பெயர்ந்திருந்தது. நான் கதவைத் தட்டினேன்.

மௌனம்தான் பதிலளித்தது. நான் இரண்டாவது முறையும் தட்டினேன். இம்முறை அப்துல்லாவும் என்னோடு இணைந்து கொண்டான். எங்களின் தட்டொலிகள் பக்கத்து வீட்டுப் பெண்ணை வெளியே கொண்டு வந்தன.

தாழ்வாரத்துக்கு மேலிருந்த சாளரத்தின் வழியே எட்டிப் பார்த்தவள் எங்களை ஆர்வமாகக் கண்காணித்தாள். நாங்கள் மீண்டும் தட்டினோம். கதவுக்குமிழைத் தொட்டபோது, அப்துல்லா சொன்னான், "நாம் போவது நல்லது," ஆனால் நான் மறுத்தேன். இனம்புரியாத அச்சத்தையும் முள்ளாகக் குத்தும் வலியையும் எனது பிரக்ஞைக்குள் உணர்ந்தேன். மீண்டும் ஒரு முறை கதவுக்குமிழின் மீது எனது கையை வைத்து அதைத் திறக்க முயற்சித்தேன் ஆனாலும் கதவு திறக்காதபோது என்னுடைய எடையை அதன் மீது சாய்த்து பலமாகத் தள்ளினேன். கிட்டத்தட்டக் கீழே விழவிருந்த நேரத்தில் கதவு திறந்து கொண்டதை நானறிந்தேன். உள்ளே நுழைந்தேன். அப்துல்லா பின்தங்கி வெளிக்கதவினருகே எனக்காகக் காத்திருந்தான். இந்த அத்துமீறலோடு எவ்விதத் தொடர்பும் கொண்டிருக்க அவன் விரும்பவில்லை.

நான் முதல் அறைக்குள் நுழைந்தேன். அதன் நடுவே ஒரு மேசை கிடந்தது, மேற்பகுதியில் சில ரொட்டித்துண்டுகளோடும் உணவின் மிச்சமீதியோடும். அதற்குப் பின்னால் மற்றொரு அறை. இரண்டு கறுப்புநிற இரும்புப் படுக்கைகளைக் கொண்டிருந்தது. கவனமாக உருவாக்கப்பட்டிருந்ததுதான் இறந்துபோன இளைஞனின் படுக்கையாக இருக்குமென்று நான் நினைத்துக் கொண்டேன். இன்னொரு படுக்கையில் எதன் மீதோ கம்பளிகள் குவிந்து கிடப்பதைப் பார்த்தேன். எனக்குள் தைரியத்தை வரவழைத்துக் கொண்டு அதை நெருங்க முயற்சி செய்தேன் என்றபோதும் திறந்திருந்த வாயையும் இரு பளபளப்பான கண்களையும் பார்த்தபோது தைரியம் என்னைக் கைவிட்டது.

அவர் இறந்திருந்திருந்தார், அவ்வறையில் இருந்த மற்ற எல்லாவற்றையும் போலவே, சிறிய கருத்த பேழை, வரிகளோடிய மேசைத்துணியின் கீழிருந்த மேசை, ஓர் அசிங்கமான முகத்தைப் போல கண்ணாடியின் மீது ஒட்டியிருந்த மஞ்சள்நிறப் புள்ளிகள். சுவரில் மாட்டியிருந்த கடிகாரத்தைத் தவிர்த்து அவ்வறையில் எதுவும் உயிர்ப்புடனில்லை, அதன் நீண்ட கரம்

ஒரு நடனத்தை ஆடியபடியும், டிக் டாக் எனும் இசையைப் பாடியபடியும்.

◆◆◆

குறிப்புகள்:

1. மியூசின் (Muezzin) – தொழுகை புரியப் பள்ளிக்கு வருமாறு இஸ்லாமியர்களை அழைக்கும் தொழுகை அழைப்பாளர்
2. ஹைஃபா (Haifa) – இஸ்ரேலில் உள்ள நகரம்
3. ஃபெஸ் (Fez) – தர்பூஷ் என்றும் அழைக்கப்படும் பாரம்பரியத் தொப்பி. பத்தொன்பதாம் நூற்றாண்டு தொடங்கி ஓட்டாமான் சாம்ராஜ்ஜியத்தின் அடையாளமாக விளங்கியது.

சக்காரியா தாமிர் (Zakaria-Tamer) (1931)

சிரியாவின் முன்னணி சிறுகதை எழுத்தாளர். குழந்தைகளுக்காக நிறைய எழுதியுள்ளார். டமாஸ்கஸின் அல்-பாஷா மாகாணத்தில் 1931இல் பிறந்தவர். குடும்பச் சூழ்நிலை காரணமாக சிறுவயதிலேயே கல்வியைத் துறந்து தாமிர் வேலைக்குப்போக நேர்ந்தது. என்றாலும் வாசிப்பின்பால் அவர் கொண்டிருந்த ஆர்வத்தால் இரவுநேரப் பள்ளியில் சேர்ந்து உயர்கல்வியைத் தொடர்ந்தார். 1957இல் வெளியான அவருடைய ஆரம்பகாலச் சிறுகதைகளை வாசித்த யூசுஃப் அல்-கால் எனும் கவிஞர் தாமிரின் திறமையைப் புரிந்து கொண்டு அவற்றை ஒரு தொகுப்பாகக் கொண்டு வந்தார். தாமிரின் கதைகள் பார்ப்பதற்கு வெகு எளிமையான தோற்றத்தோடு இருந்தாலும் தமக்குள் எண்ணற்ற அரசியல் குறியீடுகளைப் புதைத்து வைத்திருப்பதோடு அரசியல்/சமூகம் சார்ந்த அடக்குமுறைக்கு எதிரான உட்கருத்துகளைக் கொண்டிருப்பவை. அரசியல் காரணங்களுக்காக 1980இல் சிரியாவை விட்டு வெளியேறி லண்டனில் குடியேறினார். 2009இல் தாமிருக்கு Blue Metropolis Montreal International Literary prize விருது வழங்கப்பட்டது.

பத்தாவது நாளில் புலிகள்

தனது கூண்டுக்குள் சிறைப்பட்டிருந்த புலியைக் காடுகள் கைவிட்டிருந்தன, ஆனால் அதனால் அவற்றை மறக்க முடியவில்லை. கம்பிகளுக்கப்பால் நின்ற மனிதர்களை அது வெறுப்புடன் உறுத்துப் பார்த்தது; அவர்களின் கண்கள், ஆர்வத்தோடும் அச்சமின்றியும், புலியை ஆராய்ந்தன. அவர்களுள் ஒருவன் அமைதியும் அதிகாரமுமிக்க தொனியில் பேசினான்: "நான் செய்வதை உண்மையாகவே நீங்களும் செய்ய விரும்பினால், ஓர் அடக்கியாள்பவனாக மாற, உங்களுடைய எதிராளியின் வயிறுதான் உங்களின் முதன்மைக்குறி என்பதை ஒருகணம்கூட நீங்கள் மறக்கக்கூடாது. இந்தப் பணி ஒரேநேரத்தில் எளிதானதாகவும் கடுமையானதாகவுமிருப்பதை நீங்கள் காண்பீர்கள். இந்த புலியைப் பாருங்கள்: இது மூர்க்கமாகவும் திமிராகவுமுள்ளது, தன்னுடைய சுதந்திரம், ஆற்றல் மற்றும் வலிமை குறித்த பெருமையோடும். ஆனால் இது மாறும், பணிவாக, சாதுவாக, உடன் கீழ்ப்படிவதாகவும் – சிறுகுழந்தை போல. உணவைக் கையில் வைத்திருப்பவனுக்கும் அது இல்லாதவனுக்குமிடையில் என்ன நடக்கிறதென்பதைக் கவனியுங்கள், கற்றுக் கொள்ளுங்கள்."

அடக்கியாளும் பணியை கற்கும் மாணவர்களாக தங்களின் அர்ப்பணிப்பை அந்த மனிதர்கள் விரைந்து உறுதிகூறினார்கள். அடக்கியாள்பவனின் முகம் பிரகாசமடைந்தது, பிறகு அவன் புலியிடம்

கேலியாகப் பேசினான்: "ஆக நமது மேன்மைக்குரிய விருந்தாளி எவ்வாறுள்ளார்?"

"எனது உணவைத் தயார் செய்; இது நான் உணவுண்ணும் நேரம்," என்றது புலி.

"நீ, என் கைதி, எனக்கு ஆணையிடுவதா?" என்றான் அடக்கியாள்பவன், போலியான அதிர்ச்சியோடு. "எத்தனை நகைப்புக்குரிய புலி நீ! இங்கு ஆணையிடும் இடத்திலிருப்பவன் நான் மட்டுமேயென்பதை நீ உணர வேண்டும்."

"புலிகளுக்கு யாரும் ஆணையிடுவதில்லை," என்றது புலி.

"ஆனால் இனிமேலும் நீ புலி இல்லை," என்றான் அடக்கியாள்பவன். "வனத்தில், நீ புலி, ஆனால் இங்கு, நீ கூண்டிலிருக்கிறாய். இனி நீ, ஆணைகளுக்குக் கீழ்ப்படிவதோடு என்னுடைய விருப்பத்திற்குக் கட்டுப்பட்டு நடக்கும் வெறும் அடிமை மட்டுமே."

"நான் யாருக்கும் அடிமையில்லை," புலி எரிச்சலோடு பதிலளித்தது.

"நீ எனக்குக் கீழ்ப்படிய வேண்டும் ஏனென்றால் நான்தான் இங்கு உணவைக் கையில் வைத்திருப்பவன்," என்றான் அடக்கியாள்பவன்.

"எனக்கு உனது உணவு தேவையில்லை," என்றது புலி.

"உனக்குப் பிடிக்குமென்றால் பிறகு பட்டினி கிட," என்றான் அடக்கியாள்பவன். "நீ செய்ய விரும்பாததை செய்யச்சொல்லி உன்னை நான் வற்புறுத்த மாட்டேன்." பிறகு, தனது மாணவர்களிடம், இன்னும் சொன்னான்: "தன்னுடைய மனதை அது எவ்வாறு மாற்றிக்கொள்கிறது என்பதை நீங்கள் பார்ப்பீர்கள், ஏனெனில் உயர்த்திப் பிடித்திருக்கும் சிரத்தால் பசியோடிருக்கும் வயிற்றை திருப்தி செய்யவியலாது."

ஆகவே புலி பட்டினி கிடந்தது. கட்டுப்பாடுகள் ஏதுமின்றி, தன்னுடைய இரையைத் துரத்தியவாறு, காற்றைப் போல தான் விரைந்தோடிய நாட்களை அது சோகத்தோடு நினைவுகூர்ந்தது.

மறுநாள், அடக்கியாள்பவனும் அவனது மாணவர்களும் மீண்டும் ஒருமுறை கூண்டைச் சூழ்ந்திருந்தார்கள்.

"உனக்குப் பசிக்கவில்லையா?" என்றான் அடக்கியாள்பவன். "வலிக்குமளவு நீ மிகுந்த பசியோடிருக்க வேண்டும். உனக்குப் பசிக்கிறதென்று சொன்னால் உன்னால் சாப்பிட முடிந்தமட்டும் அத்தனை மாமிசமும் கிடைக்கும்."

புலி அமைதியாயிருந்தது.

அடக்கியாள்பவன் தொடர்ந்தான்: "நான் சொல்வதுபோல செய், முட்டாளாக இருக்காதே. நீ பசியோடிருப்பதை ஒத்துக்கொண்டால் உடனடியாக உனக்கு உணவு வழங்கப்படும்."

"நான் பசியோடிருக்கிறேன்," என்றது புலி.

அடக்கியாள்பவன் சிரித்துக்கொண்டே தனது மாணவர்களிடம் சொன்னான்: "அதனால் தப்பவியலாத பொறிக்குள் இப்போது சிக்கிக் கொண்டிருக்கிறது." அவன் ஆணையிட்டான், ஆகவே புலிக்கு நிறைய மாமிசம் வழங்கப்பட்டது.

மூன்றாவது நாளில், அடக்கியாள்பவன் புலியிடம் சொன்னான்: "உனக்கு உணவு வேண்டுமென்றால், நான் சொல்வதுபோல செய்."

"நான் உனக்குக் கீழ்ப்படியமாட்டேன்," என்றது புலி.

"இத்தனை அவசரப்படாதே," என்றான் அடக்கியாள்பவன். "எனது கோரிக்கை மிக எளிமையானது. இப்போது நீ உனது கூண்டுக்குள் நடமாடுகிறாய். நான் 'நில்' என்று சொன்னவுடன் நீ நிற்க வேண்டும்."

புலி தனக்குள் நினைத்துக்கொண்டது: "உண்மையாகவே இது ரொம்பச் சிறிய வேண்டுகோள்தான்; நான் அடம்பிடித்து பட்டினி கிடக்கும் அவசியமில்லை."

"நில்!" கடுமையான, ஆணையிடும் குரலில் அடக்கியாள்பவன் கத்தினான்.

புலி சட்டென்று உறைந்து நின்றது.

"நீ முன்னேறி வருகிறாய்," நட்புணர்வு கூடிய தொனியோடு அடக்கியாள்பவன் சொன்னான்.

புலி மகிழ்ச்சியடைந்தது, அது மனதாரச் சாப்பிட்டவேளையில் அடக்கியாள்பவன் தனது மாணவர்களிடம் விளக்கினான்: "இன்னும் சில நாட்களில் அதுவொரு காகிதப்புலியாக இருக்கும்."

நான்காவது நாளில், புலி அடக்கியாள்பவனிடம் சொன்னது: “நான் பசியோடு இருக்கிறேன் - என்னை நிற்கச் சொல்.”

“எனது ஆணைகளை அது விரும்பத் தொடங்கியுள்ளது,” அடக்கியாள்பவன் தனது மாணவர்களிடம் கூறினான். பிறகு புலியிடம் திரும்பி, அவன் சொன்னான்: “ஒரு பூனைக்குட்டியைப் போல மியாவ் எனக் கத்தாதவரைக்கும் இன்று உனக்கு உணவு கிடைக்காது.”

தனது சினத்தை விழுங்கியவாறு புலி தனக்குள் சொல்லிக்கொண்டது: “பூனைக்குட்டி போல மியாவ எனக் கத்துவது மிகவும் வேடிக்கையாக இருக்கும்,” ஆக அதையே செய்தது.

அடக்கியாள்பவன் முகத்தைச் சுளித்தான், அதை ஏற்றுக்கொள்ளாதவனாகச் சொன்னான்: “இது கேவலமாக இருக்கிறது. உறுமல் எப்போதும் மியாவாக மாறாது.”

ஆகவே புலி மீண்டும் முயற்சித்தது, ஆனால் அடக்கியாள்பவனின் முகம் சிடுசிடுப்பைக் காட்டியது.

“வாயை மூடு,” என்றான் அடக்கியாள்பவன் இறுமாப்போடு. “உன்னுடைய மியாவ் இன்னும் கேவலமாகத்தான் இருக்கிறது. மியாவ் எனக் கத்துவதற்குப் பயிற்சி செய்ய நான் உனக்கு ஒருநாள் தருகிறேன், நாளைக்கு உன்னைச் சோதிப்பேன். அதில் நீ தேறினால், சாப்பிடுவாய், ஆனால் நீ தேறவில்லை என்றால், சாப்பிடமாட்டாய்.”

மெதுவான, நிதானித்த எட்டுகளோடு அடக்கியாள்பவன் புலியின் கூண்டை விலகி நடந்தான், ஏளனப்புன்னகையோடும் முணுமுணுப்போடும் அவனது மாணவர்கள் பின்தொடர. மன்றாடுவதைப்போல அந்தப் புலி காடுகளைக் கூப்பிட்டது, ஆனால் அவையோ வெகுதொலைவில் இருந்தன.

ஐந்தாவது நாளில், அடக்கியாள்பவன் புலியிடம் சொன்னான்: “பூனைக்குட்டி போல உன்னால் மியாவ் எனக் கத்தமுடிந்தால் புத்தம்புதிய மாமிசத்தின் ஒரு பெரிய துண்டு உனக்குக் கிடைக்கும்.”

புலி மியாவ் என்றலறியது, அடக்கியாள்பவன் கைதட்டினான்.

“அற்புதம்!” அடக்கியாள்பவன் மகிழ்ச்சியோடு சொன்னான். “கூட்டில் வேகும் பூனையைப் போல நீ மியாவ் என்கிறாய்,”

பிறகு அவன் ஒரு பெரிய துண்டு மாமிசத்தை புலியிடம் வீசினான்.

ஆறாவது நாளில், அடக்கியாள்பவன் புலியின் கூண்டை நெருங்கியதுமே, புலி மியாவ் என்றது, ஆனால் அடக்கியாள்பவனின் புருவம் வளைந்தே இருந்தது.

"ஆனால் நான் பூனைக்குட்டி போல மியாவ் எனக் கத்தினேன்," என்றது புலி.

"கழுதையைப் போலக் கனை," அடக்கியாள்பவன் ஆணையிட்டான்.

புலி சொன்னது, அடக்க மாட்டாத சினத்தோடு: "நான் ஒரு புலி. காட்டின் மிருகங்கள் என்னைக் கண்டு பயப்படும். கழுதையைப் போலக் கனைப்பதா? அதற்கு நான் செத்துப் போகலாம்."

புலியைக் கூண்டில் விட்டு ஒரு வார்த்தையும் பேசாமல் அடக்கியாள்பவன் விலகிச் சென்றான்.

ஏழாவது நாளில், ஒரு மென்மையான புன்னகையோடு அடக்கியாள்பவன் புலியின் கூண்டை நெருங்கி வந்தான்.

"உனக்குச் சாப்பிட விருப்பமில்லையா?"

"நான் சாப்பிட வேண்டும்."

"நீ சாப்பிடும் மாமிசத்துக்கு ஒரு விலை உண்டு," என்றான் அடக்கியாள்பவன். "கழுதையைப் போலக் கனைத்தால் உனக்கு உணவளிக்கப்படும்."

புலி காட்டை நினைவுகூர முயற்சித்தது, ஆனால் அதனால் முடியவில்லை. தனது கண்களை மூடிக்கொண்டு அது அலறியது, "ஹி-ஹா!"

"உனது கனைப்பு அத்தனை நன்றாகயில்லை, ஆனால் பாவம் பார்த்து நான் உனக்கு ஒரு துண்டு மாமிசத்தைத் தருகிறேன்," என்றான் அடக்கியாள்பவன்.

எட்டாவது நாளில், அடக்கியாள்பவன் புலியிடம் சொன்னான்: "ஓர் உரையின் ஆரம்பத்தை இப்போது சொல்லப்போகிறேன், அதை நான் முடிக்கும்போது, உனக்கு அது பிடித்தாற்போல நீ கைதட்ட வேண்டும்."

"நான் கைதட்டுகிறேன்," என்றது புலி.

ஆக அடக்கியாள்பவன் தனது உரையைத் தொடங்கினான்: "ஓ குடிமக்களே... நமது காலத்தின் முக்கியமான பிரச்சினைகளில் நம்முடைய நிலைப்பாடு குறித்து பல நேரங்களில் நாம் தெளிவுபடுத்தியிருக்கிறோம், எதிர் ஆற்றல்கள் எத்தனைதான் நமக்கெதிராகச் சதி செய்தாலும் இந்தத் தீர்க்கமான, நேர்மையான நிலைப்பாடு ஒருபோதும் மாறாது, ஆகவே நம்பிக்கையோடு, நாம் வெற்றியடைந்தே தீருவோம்."

"நீ பேசியது எனக்குப் புரியவில்லை," புலி மறுமொழி கூறியது.

"நான் சொல்லும் யாவற்றையும் ரசிப்பதோடு நீ உற்சாகமாகக் கைதட்ட வேண்டும்."

"என்னை மன்னித்துக்கொள்," என்றது புலி. "நானொரு அறிவிலி. உனது வார்த்தைகள் அற்புதமாகவுள்ளன, நீ விரும்பியதுபோலவே நான் கைதட்டுகிறேன்." பிறகு புலி கைதட்டியது.

"கபடநாடகங்களில் எனக்கு அக்கறையில்லை, அல்லது கபடநாடகம் போடுபவர்களிடமும்," என்றான் அடக்கியாள்பவன். "தண்டனையாக இன்று உனக்கு உணவு கிடையாது."

ஒன்பதாவது நாளில், அடக்கியாள்பவன் ஒரு பை நிறைய வைக்கோலைச் சுமந்து வந்தான், பிறகு அதைப் புலியிடம் வீசினான். "சாப்பிடு," என்றான்.

"என்ன இது?" புலி கேட்டது. "எனக்கு மாமிசம் வேண்டும்."

"இப்போதிருந்து, வைக்கோலைத் தவிர நீ வேறெதையும் சாப்பிடக்கூடாது," என்றான் அடக்கியாள்பவன்.

ஆக புலியின் பசி அதிகரித்தபோது, வைக்கோலைச் சாப்பிட முயற்சித்தது. அதன் ருசியால் அதிர்ச்சியடைந்து அருவருப்புடன் விலகிச் சென்றது. ஆனால் அது திரும்பி வந்தது, பிறகு மெல்ல அதற்குப் பழகிக்கொண்டது.

பிறகு பத்தாவது நாளில், அடக்கியாள்பவன், அவனுடைய மாணவர்கள், புலி மற்றும் அதன் கூண்டு என யாவும் மறைந்தன, புலி ஒரு குடிமகனாக மாறியது, அதன் கூண்டு ஒரு நகரமாக.

◆◆◆

ஹிஷாம் பஸ்தானி (Hisham bustani) (1975)

ஜோர்டனில் உள்ள அம்மான் எனும் நகரில் பிறந்தவர். இதுவரை நான்கு சிறுகதைத்தொகுப்புகள் வெளியாகியுள்ளன. நவீன உத்திகளுக்காகவும் மொழிநடைக்காகவும் புகழ்பெற்றவர். சென்ற நூற்றாண்டின் மீயதார்த்தப் புரட்சியைத் தவற விட்ட அராபிய இலக்கியத்துக்கு அதன் புதிய அலையை அறிமுகப்படுத்தியவர் என அறபு பத்திரிகைகள் இவரைப் பாராட்டுகின்றன. இவருடைய கதைகள் ஐந்து மொழிகளில் மொழிபெயர்க்கப்பட்டுள்ளன. அமெரிக்காவைச் சேர்ந்த The Culture Trip எனும் இணையதளம் ஜோர்டானின் சிறந்த நவீன எழுத்தாளர்களில் ஒருவராக பஸ்தானியை அறிவித்திருக்கிறது. The Perception of Meaning எனும் தொகுப்புக்காக அர்கான்ஸாஸ் பல்கலைக்கழகத்தின் அராபிய மொழிபெயர்ப்பு விருதினை வென்றிருக்கிறார்.

நள்ளிரவுக்குப் பிறகான சில கணங்கள்

ஓர் அணைக்கப்பட்ட சிகரெட் எனது விரல்களுக்கிடையில் தொங்குகிறது. யாரதை அங்கு வைத்தாரென்பது எனக்குத் தெரியாது, ஆனால் அதற்குள் புழுக்கள் ஊர்வதை நான் உணர்கிறேன். அவற்றைப் பார்க்கும்போது ஏற்கனவே அவற்றைப் பார்த்திருப்பதாக யூகிக்கிறேன், நூற்றுக்கணக்கான சிறிய உடல்கள் - ஒன்றுபோலவே, எவ்வித உருவரைகளும் இன்றி.

சிகரெட்டென்பது தனக்குள்ளிருக்கும் சிறு புழுக்களை உட்கொண்டு மென்று துப்பும் பெரிய புழு. அவை என் வாய்க்குள் வழுக்கிக் கொண்டு போகின்றன, எனது நுரையீரல்களை நிரப்பி, அங்கு ஒரு சிறிய, இரைச்சலான களியாட்டத்துக்குப் பிறகு, என்னுடைய உதிரத்தோடு ஒன்றுகலந்து ஓடத் தொடங்குகின்றன.

மூன்றாவது-மாடி ஜன்னலின் வழியே குதிக்க நிர்ப்பந்திக்கப்படுவதாக ஏன் நான் உணர்ந்தேனென்பது எனக்குத் தெரியவில்லை. நான் கீழே விழுந்த பாதையில் எங்கிருந்து அம்மரம் முளைத்ததென்பது எனக்குத் தெரியவில்லை. மேலும் நான் விழுந்த அதே கணத்தில் எது எனது அண்டைவீட்டுப் பெண்ணை அவளுடைய சலவைத்துணிகளை வெளியே தொங்க விட வரச் செய்ததென்று எனக்குத் தெரியவில்லை. தரையோடு மோதியபோது ஏன் நான் செத்ததாக

யூகித்தேனென்பது எனக்குத் தெரியவில்லை. அந்த மோதல் நிகழ்ந்த கணம் நான் மகிழ்ச்சியாயிருந்தேன்; எனது கண்களை இறுக மூடிக்கொண்டு கிட்டத்தட்ட ஓர் அற்புதமான குட்டித்தூக்கத்துக்குள் ஆழ்ந்து போனேன். எனது அண்டைவீட்டுப்பெண் அலறுவதைக் கேட்டு என்னமோ தவறாயிருக்கிறது என்பதையுணர எனக்குச் சில கணங்களேயாயின. உண்மையில் நான் செத்திருக்கவில்லை; க[illegible]ந்துபோகும் மகிழுந்து ஊதுகுழல்களின் ஒலியை இன்னும் என்னால் கேட்க முடிந்தது.

நான் எழுந்து கொண்டு ஆடைகளில் அப்பியிருந்த தூசியைத் தட்டியபோது, என்னைச் சூழ்ந்திருந்த கூட்டம் பின்வாங்கத் தொடங்கியது. அனேகமாக நான் அவர்களை அச்சுறுத்தியிருக்க வேண்டும். அவர்களில் ஒருவன் மற்றவனிடம் சொல்வதைக் கேட்டேன், குரலில் பயத்தோடு: “அவனுடைய நாசியிலிருந்து புழுக்கள் வெளியே வருகின்றன.”

“அவை வெளியே வரவில்லை,” நான் திருத்தினேன்: “சிதறி விழுகின்றன.” அவர்களிடமிருந்து விலகி எனது அடுக்ககத்தை நோக்கி நடந்தேன்.

***

“கேனக்கூதி.”

அப்படித்தான் அவன் சொன்னான், ஆடியில் நின்றிருந்த அம்மனிதன்.

அம்மனிதன் அலற வேண்டுமென்று அவன் விரும்பினான். அம்மனிதன் தன்னை அறைய வேண்டுமென்று அவன் விரும்பினான். தனது முகத்தில் காறியுமிழ வேண்டுமென்று அவன் விரும்பினான். ஆனால் அம்மனிதனிடமிருந்து அவனுக்குக் கிட்டியதெல்லாம் “கேனக்கூதி” என்பது மட்டுமே, தற்போது இறுக்கமாக நின்றவாறு, உறைந்த முகத்தோடு அவனை வெறித்துக் கொண்டிருந்தான்.

எதையாவது சொல்லவைக்கும் வகையில் அம்மனிதனைத் தாக்கலாமென்று தீர்மானிக்கையில் அம்மனிதன் ஏற்கனவே அவன் மீதான நம்பிக்கையைத் தொலைத்திருந்தான். ஆக அவன் தனது முஷ்டியைப் பின்னுக்கிழுத்தபோது, அது புழுக்களை உதிர்க்கத் தொடங்கியிருந்தது, நூற்றுக்கணக்கான சிறிய ஒரேபோன்ற தலைகளை எதிர்கொண்டான்.

"கேனக்கூதி," அவர்கள் அத்தனை பேரும் சொன்னார்கள், பிறகு உறைந்த முகங்களோடு அவனை வெறிக்கத் தொடங்கினார்கள்.

***

ஆக அவனுக்குத் தீக்கனவுகள் தொடர்ந்தன. ஒரு துண்டு - சிதறுண்ட அந்த முகத்தின் துண்டுகளுள் ஒன்று - ஒவ்வொரு முறையும்.

நெற்றியின் விள்ளல். கண்ணின் கூறு. மோவாயின் பக்கம். மூக்கின் நுனி.

பிற்பாடு திகிலடைந்தவனாக அவன் விழித்துக்கொள்வான். திரைச்சீலையில் அந்தத் துண்டை பதிந்திட அவன் முயற்சிப்பான், முந்தையத் துண்டுகளோடு அவற்றை ஒட்டவைக்க. முன்பு எப்போதோ ஆடியில் பார்த்த அம்மனிதனின் உருவத்தை ஒருவேளை அவனால் ஒன்றுசேர்க்க இயலக்கூடும். ஆனால் அவன் கை நின்றது - தானாகவே - பாதி நிறைவடைந்திருந்தபோது; அந்தப் படம் அவ்வாறே இருந்தது, அதன் மறுபாதியைத் தொலைத்ததாக.

தன்னுடைய தீக்கனவுகளினடுவே விழிக்காமலிருக்க அவன் முயற்சி செய்யத் தொடங்கினான் - கற்பனை செய்! தனக்குத்தானே அவன் சொல்வான்: *இப்போதில்லை, அமைதியாயிரு, உனது கண்களைத் திறவாதே, அனேகமாக மேலும் சில துண்டுகள் ஒன்றாக வரக்கூடும்.* தனது கழுத்தை நெறிக்க முயற்சிக்கும் கரத்தோடு மல்லுக்கட்டுகிறான், தான் வீழ்ந்தவாறிருக்கும் பள்ளத்தின் சுவர்களுக்குள் தன்னுடைய நகங்களை ஆழப்புதைக்கிறான். அனேகமாக, இந்தத் துயரம் போதுமான அளவுக்கு நீடித்தால் அந்த முகம் முழுமையடையலாம்.. ஆனால்.. ஆனால் ஒவ்வொரு முறையும் அவன் விழித்துக்கொள்ள புதிரின் துண்டுகள் ஒன்றுகூடவில்லை, ஆகவே அவன் எழுகிறான் - வியர்வையில் நனைந்தவனாக - தனது நினைவுக்குள் சிக்கிக்கொண்டிருக்கும் பகுதிகளை திரைச்சீலையில் பிரதி செய்வதற்காக.

***

நான் எழுந்து கொண்டு என்னுடைய தொழிற்கூடத்தைச் சுற்றி நடக்கிறேன். முடிக்கப்படாத எனது ஓவியங்கள் முழுமையடைந்திருப்பதைப் பார்க்கிறேன்; அவற்றின் முகங்கள் என்னோடு உரையாடுகின்றன. என்னுடைய

காலி திரைச்சீலைகள் தங்களைத் தாங்களே நிறங்களால் அலங்கரித்துக்கொண்டு தத்தித்தத்தி நடப்பதைப் பார்க்கிறேன். மஞ்சத்தில், மோனிகா பெலுச்சியைக் காண்கிறேன். அவளருகே அமர்கிறேன், அவளுடைய கேசத்தை அளைந்து, மார்பகங்களைத் தீண்டி, அவளோடு முரட்டுத்தனமாக உறவுகொள்கிறேன்.

வெளியே ஏதோவொரு இரைச்சல். நான் வெளியே போகிறேன், எனக்கு எதிரேயிருக்கும் கட்டிடத்துக்குத் தலைப்படுபவனாக: கூரையின்மீது, அன்றுதான் தங்களின் தேர்வுகளை முடித்த சில இளைஞர்கள் உற்சாகமாகக் கொண்டாடுகிறார்கள். பிறகு அருகாமையில் வசிக்கும் ஓய்வுபெற்ற இராணுவ அதிகாரி ஃப்யூஸ்பெட்டியின் இணைப்பைத் துண்டிக்கிறார், ஆக குடிபோதையோடு ஒருவர்பின்ஒருவராக அவர்கள் படிகளில் கீழிறங்கி வருகிறார்கள். எரிச்சலுற்ற அண்டைப்பகுதியினரின் எதிர்ப்புக்குரல் கலைந்திருந்தது, எனவே நான் அடுக்ககத்துக்குத் திரும்புகிறேன், இசையின் ஒலி சட்டென்று நின்று அமைதியானதில் குதூகலமடைந்தவனாக.

எனது திரைச்சீலைகள் மீண்டும் நிறமற்றவையாக மாறிவிட்டன. மோனிகா பெலுச்சியைப் பொறுத்தமட்டில், மேசையின் மீதிருக்கும் ஒரு பத்திரிகையின் அட்டைப்படமாக இருக்கிறாள். மஞ்சத்தில் அவளுக்குப் பதிலாக வேறு யாரோ அமர்ந்திருக்கிறார்கள்: உறக்கமின்மை.

***

காலை அவன் தன்னுடைய கண்களைத் திறந்தபோது, சுவர் அது இருந்திருக்க வேண்டிய இடத்தில் இருக்கவில்லை. அதற்குப் பதிலாக, தொலைதூர வெளிச்சத்திலிருந்து சுடர்வீசிய ஒரு பிரகாசமான அகல்வெளி அங்கிருந்தது - பொலிவிழந்ததாக, தணுப்பாக, தெளிவற்றதாக. தனது கண்கண்ணாடிகளை அவன் கையிலெடுத்து - படுக்கைக்கருகே இருந்த மேசையின் மீது அவை எப்போதும் இருக்கும் - அதற்கான இடத்தில் அதைப் பொருத்தினான், ஆனால் எந்தவொரு சங்கதியையும் அது மாற்றவில்லை. தன்னுடைய தலையை அவன் மற்ற சுவர்களிடம் திருப்பியபோதும் அவற்றைக் கண்டுபிடிக்க முடியவில்லை. ஓர் அச்சத்தின் அலை சில நிமிடங்களுக்குத் தன்னைப் படுக்கையின் மீதே உறைய வைத்திருப்பதாக அவன் உணர்ந்தான், பிறகு அதை ஆராய்வதற்காகப் போர்வைக்குள்ளிருந்து வெளிவரத் தீர்மானித்தான்.

ஒருவேளை நான் தெளிவாகப் பார்க்க வேண்டுமென்றால் விளக்கை எரிய விடவேண்டும். ஆனால் நிலைமாற்றியோ சுவற்றின் மீதுதான் உள்ளது, மேலும் சுவரோ அது இருக்கவேண்டிய இடத்தில் இல்லை.

என்னை விழித்தெழச் செய்வதற்கு நான் தூய்மையான காற்றைச் சுவாசிக்க வேண்டும். ஆனால் சாளரமோ சுவற்றின் மீதுதான் உள்ளது, மேலும் சுவரோ அது இருக்கவேண்டிய இடத்தில் இல்லை.

கவனத்தை ஒருமுகப்படுத்த எனக்கு ஒரு கோப்பை காப்பி உதவக்கூடும். ஆனால் சமையலறைக்குச் செல்ல கதவின் வழியே போகவேண்டும், கதவோ சுவற்றின் மீதுதான் உள்ளது, மேலும் சுவரோ - ஏற்கனவே நாம் நிறுவியிருப்பதைப்போல - அது இருக்கவேண்டிய இடத்தில் இல்லை.

சிதறுண்ட ஆடியைப் பொறுத்தவரை, எப்போதும் அது இருந்த இடத்திலேயே தொங்கிக் கொண்டிருந்தது, ஏதோ மிதப்பதைப்போல. நூற்றுக்கணக்கான சிறிய ஒரேபோன்ற தலைகள் அதன் துண்டுகளிலிருந்து எட்டிப் பார்த்தவாறு இருந்தன, உறைந்த முகங்களோடு அவனை வெறித்தபடி.

***

எனது தொடர்முயற்சிகளையும், மேலும் மேற்பகுதி என்று நான் யூகித்ததை நோக்கி நீந்தும் என்னுடைய வினோதமான பிடிவாதத்தையும் தாண்டி, என்னால் நீரின் மேற்புறத்தைச் சென்றடைய முடியவில்லை. நான் எதிர்பார்த்ததைப்போல எனக்கு மூச்சுமுட்டவில்லை; ஏதோ என்னுடைய நுரையீரல்கள் சட்டென்று செவுள்களாக உருமாறியதாக உணர்ந்தேன். ஏனோ நானொரு மீனாக மாறியதைப்போல.

அந்த விசித்திரமான சூழ்உறவுநிலையில், நான் நீந்தத் தொடங்கி, முன்பொரு காலத்தில் நான் தொலைத்த - என்னுடைய பாதையில் மிதந்து வந்த - பல பொருட்களைக் கண்டுபிடித்தேன். என்னை விட்டுச்சென்ற காதலிகளைக் கண்டுபிடித்தேன்; என் அம்மாவைக் கண்டுபிடித்தேன், என்னை ஈன்றபோது அவர் இறந்து போனார்; பெரும்பாலும் என் மீது சேற்றை வாரியிறைத்த கலைஞர்களைக் கண்டுபிடித்தேன்; நீட்சேவையும் நான் கண்டுபிடித்தேன், அவருடைய தலை உள்ளங்கைகளுக்கு மத்தியிலிருக்க, கோமாளிபோல தனது புருவங்களை நெளித்துக் கொண்டிருந்தார்.

நீந்தியதால் நான் சோர்வடைந்தபோது, கருவிலுள்ள சிசுவைப்போல சுருண்டு படுத்தேன், அதன் பிறகு...

அதன் பிறகு நம்முடைய அண்டைவீட்டுப்பெண் அலறுவதைக் கேட்டேன், மகிழூந்துகளின் ஊதுகுழல் ஒலிகளையும், அத்தோடு மக்கள்கூட்டம் என்னைச் சுற்றிக் கூடுவதை உணர்ந்தேன்.

***

தாங்கவொண்ண அழுத்தத்தை அவன் உணர ஆரம்பித்தான். அத்தனை திசைகளிலிருநதும் நீர்யம் அவனை அழுத்தியது, திடீரென்று ஓர் ஒடுக்கம் அந்த அழுத்தத்தை விடுவிக்கும்வரை, பிறகு தான் விரைந்து கீழே நழுவுவதை அவன் உணர்ந்தான். அவனுடைய கால்களைப் பற்றியிழுத்துக் காற்றில் தொங்கவிடப்பட்டான்; பிறகு முதுகின் மீது அந்தப் பயங்கரமான அடி வந்து விழுந்தது - ஆக தனது முதல் மூச்சை உள்ளிழுத்து அவன் அலறினான். முதன்முறையாகத் தன்னுடைய கண்களை அவன் திறந்தபோது, சுவர்கள் அவை இருக்கவேண்டிய இடத்துக்குத் திரும்பியிருந்தன, அங்கு எந்த விளக்கு நிலைமாற்றிகளோ கதவுகளோ அல்லது சாளரங்களோ கிடையாது என்பதைத்தவிர. அவர்களுடைய ஒரே ஆபரணம் சிதறுண்ட கண்ணாடி மட்டும்தான், மேலும் அதன் துண்டுகளிலிருந்து நூற்றுக்கணக்கான ஒரேபோன்ற முகங்கள் உறைந்த உணர்ச்சிகளோடு அவனை வெறித்தன.

***

இரண்டாவது முறை, உத்தரத்தில் தொங்கிய மின்விளக்கு தனது மூக்கின் மீது மோதியுடைவதை அவன் உணர்ந்தான்.

மூன்றாவது முறை, ஒரு நாய் குரைக்குமொலியைக் கேட்டான். நான்காவது முறை, தனது படுக்கை தலைகீழாகத் திரும்பிக்கிடப்பதை உணர்ந்தான், ஆக மெத்தையிலிருந்து, அதற்குக் கீழேயிருந்த தரையைப் பார்த்தான். “நீண்ட காலமாக இதை நான் சுத்தம் செய்திடவில்லை,” என்றான், படுக்கை இருந்த இடத்தில் குவிந்திருந்த தூசியைக் கவனித்தபடி.

ஐந்தாவது முறை, ஒரு மயில் கடந்து போனது, அவனைப் பார்த்து, வாலை ஆட்டி இறகுகளை உதிர்த்தது, பிறகு அவற்றைச் சேகரித்துக்கொண்டு தன் வழியில் சென்றது.

ஆறாவது முறை, ஒரு தொலைதூர நகரம் அத்துவானத்துக்குள் எரிந்து கொண்டிருந்தது.

ஏழாவது முறை அவன் தன்னுடைய கண்களை மூடித்திறந்தபோது, ஒரு சிகரெட் தனது விரல்களுக்கிடையில் தொங்குவதைப் பார்த்ததோடு அதற்குள் புழுக்கள் ஊர்வதையும் உணர்ந்தான். ஏன் எதற்கென்று இல்லாமல், அதைப் பற்ற வைக்க அவன் தீர்மானித்தான், ஆக இரண்டு இழுப்புகளுக்குப் பிறகு - பழக்கத்தின் காரணமாகத்தான், வேறொன்றுமில்லை - அவன் சாளரத்தின் அருகே சென்று வெளியே தாவிக்குதித்தான்.

அந்தக் கணத்தில் முன்னதாக அவன் குத்தி உடைத்த சிதறுண்ட ஆடியின் ஒரு துண்டு இரண்டாக உடைந்திட அதில் இன்னொரு முகம் தோன்றியது.

◆◆◆

மாசேன் மாரூஃப் (Mazen-Maarouf) (1978)

எழுத்தாளர், மொழிபெயர்ப்பாளர், பத்திரிகையாளர் மற்றும் கவிஞர் எனப் பல்வேறு தளங்களில் இயங்கும் மாசேன் மாரூஃப் பாலஸ்தீனத்தில் பிறந்தவர். தற்போது ஐஸ்லாந்தில் வசிக்கிறார். லெபனான் பல்கலையில் வேதியியல் பயின்றவர். சில வருடங்கள் ஆசிரியராகப் பணியாற்றியபிறகு 2001இல் இலக்கியத்திலும் பத்திரிகைத்துறையிலும் ஈடுபடத் தொடங்கினார். இதுகாறும் மூன்று கவிதைத் தொகுப்புகளும் இரு சிறுகதைத் தொகுப்புகளும் வெளியாகியுள்ளன. 2015இல் இத்தாலியில் கவிதைகளுக்கென வழங்கப்படும் 'Literature Lana Prize' மாரூஃப்புக்கு வழங்கப்பட்டது. 2016இல் அவருடைய சிறுகதைத் தொகுப்பான 'Jokes for the Gunmen'-காக Al-Multaqa பரிசினை வென்றார். 2019இல் வெளியான மேன் புக்கர் சர்வதேசப்பரிசுக்கான நீள்பட்டியலிலும் இந்தத் தொகுப்பு இடம்பெற்றிருந்தது.

காளைச்சண்டை வீரன்

ஒருவார இடைவெளிக்குள் என் மாமா மூன்று முறை இறந்தார். தனது மரண மாரத்தானை அவர் செவ்வாயன்று துவங்கினார், கசாப்புக் கடையிலிருந்து திரும்பி வந்தவுடனேயே. "நான் ஏமாற்றப்பட்டிருக்கிறேன்," என்றார், பிறகு நீள்சாய்விருக்கையின் மீது படுத்து செத்துப்போனார். இது நிகழ்ந்தபோது நான் அங்கிருக்கவில்லை, ஆனால் பிற்பாடு அம்மா என்னிடம் அதைப்பற்றிச் சொன்னாள். தன்னுடைய ஸ்பானிய காளைச்சண்டை வீரன் அங்கியை என் மாமா அணிந்திருந்தார், அதன் மேற்பகுதி முழுதும் வெள்ளைநிறத்தில் மாட்டு எச்சில் தெறித்திருந்தது. கசாப்புக்கடையில் அவரைப் பார்த்து அவர்கள் எள்ளி நகையாடியிருப்பது அப்பட்டமாகத் தெரிந்தது, எனவே நீள்சாய்விருக்கையில் படுத்துச் சாவதற்கு முன்பாக அவர் அங்கியைக் கழற்றி அதை அலமாரியில் தொங்க விட்டிருந்தார்.

என் மாமா இறந்த முதல்முறை அதுதான், ஆகவே நாங்கள் அவரை ஒரு பிணமென்பதாகவே நடத்தினோம். அவரைப் புதைக்கும் முறை வருமட்டும் அவரது உடலை வரவேற்பறையில் வைத்திருந்தோம். அதிர்ஷ்டவசமாக நாங்கள் இரண்டு நாட்கள் மட்டுமே காத்திருக்க வேண்டுமென்று அவர்கள் சொன்னார்கள். வீட்டில் காற்றுப்பதனிடும் வசதியுடன் கூடிய ஒரே அறை வரவேற்பறை மாத்திரம்தான். அங்கிருந்ததில் மிகச்சிறிய அறையும் அதுவே. குளிரூட்டும் வசதியை முழுவீச்சில் இயங்கச்

செய்திடும்போது ஏதோவொரு ஊசியை விழுங்கி விட்டு நகர முடியாமல் தவிக்கும் ஓர் எறும்பைப்போல நீங்கள் உணருவீர்கள்.

குளிரூட்டும் வசதியை இயங்கச் செய்வதென்பது தனிப்பட்ட முறையில் எனக்கு மிகவும் பிடிக்கும், ஏனென்றால் விசேசமான தருணங்களில்தான் நாங்கள் அவ்வாறு செய்வோம். அப்போதெல்லாம் பருத்தியினாலான, முக்காடுடன் கூடிய இரவு ஆடைகளில் நீங்கள் என்னைப் பார்க்கலாம், ஏதோவொரு ராட்சத நாரையோடு குத்துச்சண்டை போடுவதுபோல காற்றைக் கைகளால் குத்திக்கொண்டிருப்பேன். திரைப்படத்தில் வரும் ராக்கியிடம் இருந்து எனக்கு அந்த யோசனை கிட்டியது. என் மாமாவின் பிணத்திடமும் அதைத்தான் செய்தேன். அதை நான் குத்தத்தொடங்கினேன். வெறுமனே அவருடைய பாதத்தின் உட்பகுதிகளில்தான், கவனத்தில் கொள்ளுங்கள். ஆனால் வெளிப்படையாகவே அந்தக் குத்துகள் அவரது பாதத்தில் இருந்து இரத்தத்தை அவருடைய இருதயத்துக்கு விசையோடு ஏற்ற அவர் பிழைத்துக்கொண்டார். என்னால் செய்யமுடிந்த மிக ஆழமான அலசல் அதுதான் என்றானபோதும் யாரிடமும் அதை நான் பகிர்ந்து கொள்ளவில்லை. இறந்துபோன மாமாவின் பாதங்களைக் குத்தினேனென்பதை என் அம்மாவிடம் சொல்வேனென்று எதிர்பார்க்கிறீர்களா? நான் அவரைக் குத்தினேனென்பது என் மாமாவுக்குக்கூடத் தெரியாது. அவர் பிழைத்தெழுந்த மறுகணம் - அது வியாழனன்று காலையில் நிகழ்ந்தது - தன்னுடைய பாதங்களைத் தேய்த்து ஒரு முள்ளை வெளியே எடுத்தார். அந்த முள் அவரது ஆன்மாவைக் காயப்படுத்திக் கொண்டேயிருந்ததால் தன்னால் நிம்மதியாகச் சாகமுடியவில்லை என்று சொன்னார். அதுவரை அவரது உடல் கழுவப்படவில்லை, விரல்நகங்களும் கூட ஒழுங்கு செய்யப்படவில்லை. ஒரு குளியலைப் போட்டுவிட்டு அவர் தன்னுடைய நகங்களை வெட்டினார்.

ஒரு காளைச்சண்டை வீரனாக வேண்டுமென்று என் மாமா நெடுங்காலமாக விருப்பங்கொண்டிருந்தார், ஆனால் மெக்ஸிகோவுக்கு அல்லது ஸ்பெயினுக்கு சென்று வரும் விமானச்செலவுகளை ஏற்றுக்கொள்ள ஒருபோதும் அவரால் முடிந்ததில்லை. மேலும் எப்படியாகிலும், அவர் நுழைவனுமதியும் பெற வேண்டியிருக்கும். இரண்டு தூதரங்கங்களிலும் அவர் முயற்சித்தார், தனது நோக்கம் குடிபெயர்வதல்ல மாறாக வெறுமனே ஒரு காளைச்சண்டை வீரனாக மாறுவதென்பதை

ஒவ்வொரு முறையும் அவர்களுக்கு எழுதினார். ஆனால் அவரது விண்ணப்பங்கள் மூன்று முறை நிராகரிக்கப்பட்டு அதற்குமேலும் நுழைவனுமதி விண்ணப்பங்களைச் சமர்ப்பிக்க அவருக்கு உரிமையில்லை என்று தெரிவிக்கப்பட்டது. ஒரு காளைச்சண்டை வீரனின் அங்கியை அவர் வாங்கலாமென்று யாரோ யோசனை சொன்னார்கள். தவணைகளைக் கட்டி முடிக்க அவருக்கு நான்கு வருடங்களானது. புகழ்பெற்ற ஸ்பானிய காளைச்சண்டை வீரனான லூயிஸ் மிகுயேல் டோமிங்குயினுக்குச் சொந்தமான அங்கி அது. குறைந்தபட்சம், அப்படித்தான் அவருக்குச் சொல்லப்பட்டது, ஆனால் என் மாமாவைத் தவிர வேறு எவரும் அந்தக்கதையை நம்பவில்லை. அங்கியை முகர்ந்து பார்த்து அவர் சொல்வார், "நிச்சயமாக இது டோமிங்குயினின் அங்கிதான். அவர் வெட்டிய அத்தனைக் காளைகளின் ஆன்மாக்களுடைய மணத்தை இதில் என்னால் முகரமுடிகிறது." எவ்வாறு நோக்கினும், அவ்வுடுப்பை அணிந்து கொண்டு - இறைச்சிக்காகப் போகவிருக்கும் மாடுகளைத் தேர்ந்தெடுத்து - என் மாமா கசாப்புக்கடையில் பயிற்சி மேற்கொள்வார். அதிகாலை இரண்டு மணிக்கு வீட்டை விட்டுக் கிளம்பி விடிகாலைப்பொழுதில் திரும்புவார். கசாப்புக்கடை முழுக்க வியாபாரிகளாலும், கசாப்புக்காரர்களாலும் உடன் கத்திகளையும் கடாவெட்டிகளையும் நுட்பமாகக் கையாளத்தெரிந்த முரட்டு ஆசாமிகளாலும் நிறைந்திருக்கும். வெட்டுப்படுவதற்கான அவற்றின் நேரம் வரும்போது, மாடுகள் ஒரு சிறிய முற்றத்தில் காத்திருக்கும், அதேவேளையில் அவற்றைச் சங்கிலிகளால் பிணைத்து மேலே தூக்கும் பணியில் ஆட்கள் ஈடுபட்டிருப்பார்கள். பிறகு என் மாமா உள்ளே நுழைவார், தனது பொன்னிற மேலாடையை நேர்த்தியாக அணிந்திருக்க, அவரது கேசம், களிமங்களைப் பூசி, அவருடைய காலணிகளைப் போலவே பளபளப்பாக இருக்கும். பிறகு, பந்தயம் கட்டுவது தொடங்கும்.

இருப்பதிலேயே மிகப்பெரிய மாட்டை என் மாமா தேர்ந்தெடுப்பார், பிறகு அதன் மீது பாய்ந்து தனது வெற்றுக்கைகளால் மாட்டின் கழுத்தை நெரிப்பார் - மனிதர்கள் தங்களுடைய வீடுகளில் வைத்திருந்த பழங்காலத் தொலைபேசி ரிசீவர்களின் அளவையொத்த பெரிய கைகள் என் மாமாவுக்கு இருந்தன. அந்த மாடு தனது கடைசிமூச்சை விடுகிற சமயத்தில், கசாப்புக்காரர்களுள் ஒருவன் முன்னேறி வந்து மாட்டின் தொண்டையை வெட்டிப்பிளப்பதன் மூலம் வேலையை முடிப்பான்.

தன்னுடைய பலத்தால் உணர்ச்சிவசப்பட்டு சில சமயங்களில் என் மாமா கழுத்தை நெரித்தே மாட்டைக் கொன்றுவிடுவார் என்பதில் எந்த ரகசியமும் இல்லை. பிறகு அந்த மாடு ஹலால் இறைச்சிக்கு உகந்ததாக இல்லாமல் போவதால் அவரே அதற்குப் பணம் கட்டும்படி ஆகும். ஆனால் மக்களுக்குத் தெரியாதது என்னவென்றால் அங்கிருந்த உதவியாளர்களில் ஒருவனை என் மாமா முன்னதாகச் சரிக்கட்டி விடுவாரென்பதே, மாட்டை வெட்டுவதற்கு முந்தைய நாளிரவு அதனுடைய கால்கள் வீங்கும்வரைக்கும் அந்தப்பையன் ஒரு குச்சியைக் கொண்டு அதன் கால்களை அடி வெளுப்பான். அவ்வகையில் மாட்டை எளிதாகத் தரையில் சாய்த்திட என் மாமாவுக்குச் சாத்தியமானது.

என் மாமா ஓர் ஏமாற்றுப் பேர்வழி. பதிலுக்கு அவர் ஏமாற்றப்பட்டு ஒரு மாடு அவரைத் தோற்கடித்தபோது, அவமானப்பட்டதாக உணர்ந்து அவர் செத்துப் போனார். உண்மையைச் சொல்வதெனில் ஒரு மாட்டால் தோற்கடிக்கப்படும் எந்தவொரு காளைச்சண்டை வீரனும் மிகுந்த அவமானத்தை உணர்வார்கள். ஆனால் என் மாமா வாழ்க்கைக்குத் திரும்பியபோது தன்னுடைய சுய-நம்பிக்கையையும் அச்சமின்மையையும் மீட்டெடுத்து வந்தார். அவருடைய பாதத்தின் அடிப்பகுதியில் ஒட்டிக்கிடந்த சிறிய முள்ளே அதற்குக் காரணம். தான் இறந்தபிறகு சொர்க்கத்தில் காளைச்சண்டை வீரர்களுக்கான ஒரு பண்ணையில் தன்னைத்தானே பார்த்ததாக அவர் எங்களிடம் விளக்கினார். மகத்தான காளைச்சண்டை வீரர்களால் அங்கு அவர் சூழப்பட்டிருந்தார். அங்கு ஒரு காளைச்சண்டை மைதானத்தைக் கூடத் தான் பார்த்ததாக அவர் சொன்னார். என்றாலும் அவர்கள் ஸ்பானிய மொழியில் பேசியதால் அவருக்கு எதுவும் புரியவில்லை. ஆனால் அவருடைய பாதத்தில் இருந்த முள்ளை அகற்ற கடவுள் மீண்டும் அவருக்கு உயிர்தந்தார். "பாதத்தில் முள் தைத்திருக்கையில் ஒரு காளைச்சண்டை வீரனால் காளையோடு சமர் புரியமுடியாது," கடவுள் அவரிடம் சொன்னார். ஆக அதை வெளியே எடுத்தபோது அவர் மட்டற்ற மகிழ்ச்சியால் ஆட்கொள்ளப்பட்டார். கடவுள் அவரை ஒரு காளைச்சண்டை வீரனாக ஏற்றதே அவருக்குப் போதுமானதாக இருந்தது. காளைச்சண்டையில் தனக்கிருந்த திறமைக்கானச் சான்றிதழாக அதை என் மாமா வரித்துக் கொண்டார், தனது வாழ்நாள் முழுக்க ஒரு காளையுடன் கூட அவர் மோதியிராதபோதும். அதன் பின்விளைவாக மிகுந்த

தன்னம்பிக்கையோடு காளைச்சண்டை வீரன் அங்கியை அலமாரியிலிருந்து அவர் வெளியே எடுத்தார், மீண்டும் அதை அணிந்திட. மறுபடியும் தான் அதைக் கழற்றவே போவதில்லையென அறிவித்தார்: அதையணிந்தவாறு கசாப்புக்கடைக்குள் நுழைந்து அங்கிருக்கும் மிகப்பெரிய மாட்டை எதிர்கொள்வார், இம்முறை எவ்வித மோசடியும் இன்றி. அவரது கனவுகளை கடவுளே ஆதரிக்கும்போது, கசாப்புக்கடையில் நிகழும் தள்ளுமுள்ளுகளை எண்ணி ஏன் அவர் கவலைப்படவேண்டும்? ஆனால் ஓர் ஆச்சரியம் அவருக்காகக் காத்திருந்தது. மீண்டும் காளைச்சண்டை வீரன் அங்கியை அணிய என் மாமா முயற்சி செய்தபோது, அது அவருக்கு மிகவும் பெரிதாயிருப்பதை உணர்ந்தார். ஏன் அவ்வாறு நிகழ்ந்ததென்பதை யாராலும் விளக்க முடியவில்லை. வீட்டுக்குள் அது மிகுந்த குழப்பத்தை உண்டுபண்ணியது, உண்மையாகவே என் மாமா செத்திருக்கக்கூடும் என்பதற்கான சாத்தியங்களை முன்னிறுத்தி. அங்கி மிகவும் தொளதொளவென்றிருக்க, அது மிகவும் விசித்திரமான சங்கதியாக இருந்தது. பொதுவில் பிணங்கள் ஊதத்தான் செய்யும், எனவே அவற்றின் ஆடைகள் இறுக்கமாக இருக்குமேயொழிய தளர்வாயிருக்காது. ஆனால் என் மாமாவின் கதையிலோ எல்லாம் அப்படியே நேர்மாறாக இருந்தது.

என் மாமா செவ்வாயன்று இறந்து வியாழனன்று உயிரோடு மீண்டார், தனது அங்கி மிகவும் தளர்வாயிருப்பதை அறிந்து கொள்வதற்காக, அவருடைய எடையில் ஒரு பொட்டு கூட குறைந்திராதபோதும். அங்கியை அணியவோ அல்லது கசாப்புக்கடைக்குத் திரும்பிச்சென்று அந்தக் 'கும்பலிடம்' (அப்படித்தான் அவர்களை அவர் அழைத்தார்) எதையும் சொல்லவோ அவரால் முடியவில்லை, சொர்க்கத்தில் காளைச்சண்டை வீரர்களின் பண்ணையில் அவருக்கு நிகழ்ந்தது என்னவென்பதை. இப்போது எடையைக் கூட்டுவதற்காக அவர் சாப்பிட வேண்டும். ஆனால் எங்கள் வீடோ ஏழ்மைப்பட்ட ஒன்று. அம்மாவிடம் அவர் வாக்குவாதம் செய்தார். காற்றுப்பதனிடும் அமைப்பின் இணைப்புகளை அவர் துண்டித்தார், பிறகு அதை விற்று அந்தப் பணத்தை உணவுக்காகச் செலவழிக்கும்படி அம்மாவை வற்புறுத்தினார். அம்மா என் மாமாவை நேசித்தாள் - அவர் அவளது சகோதரர், அவளைக் காட்டிலும் ஒரு வருடம் இளையவர், மேலும் அப்பா இறந்த நாளிலிருந்து அவரே இந்த வீட்டின் ஆண்மகனாகவும் இருந்தார். அவரைப் பொருத்தமட்டும் எப்போதும் எதையும்

அவள் மறுத்ததில்லை. இனிமேலும் பருத்தியாலான இரவு ஆடைகளை அணியவோ அல்லது யாருடனும் குத்துச்சண்டை போடவோ என்னால் முடியாதென்பதை அப்போதுதான் நான் கண்டுபிடித்தேன். அம்மாவிடம் எனது கண்டனத்தைத் தெரிவித்தேன், “ஒருவேளை அவர் மீண்டும் செத்துப்போனால்?” என் மாமா எனக்கு நேரெதிரே அமர்ந்திருந்தார். ஆத்திரமடைந்து வெறிபிடித்தவராக என்னை அவர் முகத்திலும் கழுத்திலும் அறைந்தார். நான் அழவில்லை. அவரை எதிர்த்து நின்றிருந்தேன், கொம்புகள் இல்லாத இளங்கன்று போலப் பிடிவாதமாக. *இளங்கன்று.* என்னைப் பொருத்தவரைக்கும் அவர் ஏற்கனவே பாதி-இறந்த மனிதர். வக்கிரமான சந்தோசத்தை எனது கைகளிலும் கால்களிலும் உணர்ந்தேன் ஏனென்றால் முதன்முறை அவர் இறந்தபோது என் மாமாவின் பாதங்களில் நான் குத்தினேன் என்பதற்காக.

இப்போது நான் அவரை முழுதாகக் குத்த விரும்பினேன். அவர் தேர்தெடுக்கப் போகும் அடுத்த பெரிய மாட்டின் வயிற்றுக்குள் நான் ஒளிந்து கொள்ள விரும்பினேன் மேலும் அதன் மீது அவரது கைகளை வைத்த மறுகணம் அந்த மாட்டின் தொண்டைக்குள்ளிருந்து ஒரு சூறாவளியைப் போல வெடித்துக் கிளம்பி அவரின் முகத்தில் ஓங்கிக் குத்துவேனாகையால் அவருடைய மூக்கு கழன்று தரையின் மீது விழும். ஆனால் அதில் எதுவும் நிகழவில்லை.

வெள்ளிக்கிழமையன்று காற்றுப் பதனிடும் அமைப்பை விற்று இரண்டு பருத்த கோழிகளையும், பருப்புகளையும், முட்டைகளையும் உடன் வெவ்வேறு வகையான பழங்களையும், காய்கறிகளையும் மேலும் தானியங்களையும் வாங்கி வந்தாள் அம்மா, கூடவே ஒரு பெரிய பை நிறைய அரிசியும் கொஞ்சம் பாலும். மொத்தநாளையும் அவள் சமையற்கூடத்தில்தான் கழித்தாள், பிறகு மாலைவேளையில் ஒரு பெரிய விருந்தை மாமாவுக்கு முன் படைத்தாள், ஏதோ அவருக்கு சொர்க்கத்தில் எந்த உணவும் கிடைக்காதென்பதைப்போல.

பொதுவாக என் மாமா சிறிதளவே சாப்பிடுவார், எந்தவொரு காளைச்சண்டை வீரனைப் போலவும். ஆனால் அன்று மாலை அவர் பேராசையோடு உணவைத் தனது வாய்க்குள் திணித்தார், முதல்முறையாக ஆப்பிள்களைச் சுவைக்கும் ஓர் எருதைப் போல. அவர் உணவை மென்று விழுங்கும் காட்சி எனக்கு அய்யரவை உண்டாக்கியது, எனவே நான் வேறுபுறம் பார்த்தேன். அம்மா

அவரிடம் சொல்லிக்கொண்டே இருந்தாள், "சாப்பிடு, தம்பி." ஆனால் திடீரென்று என் மாமாவுக்கு உணவு புரைக்கேற, மூச்சுவிடுவதை நிறுத்தி செத்துப்போனார். அதே மேசையில் நானும் அமர்ந்திருந்தேனென்பது உண்மைதான் என்றாலும் நான் அவர்புறமாகத் திரும்பவில்லை. உணவு புரையேறி அவர் சாவதைக் கேட்டேன், கூடவே "மூச்சுவிடு, தம்பி" என்று என் அம்மா சொல்வதையும் விசும்புவதையும். இரண்டாவது முறை என் மாமா ஒரு பிணமாக மாறிப்போயிருந்தார். இம்முறை நாங்கள் அவரை மருத்துவமனை பிணவறைக்குக் கொண்டு சென்றோம் ஏனென்றால் வரவேற்பறையில் குளிரூட்டும் வசதி இல்லை. காற்றுப்பதனிடும் அமைப்பை விற்றதில் மீதமிருந்த பணத்தைக் கொண்டு பிணவறையில் ஓர் இரவுக்கானத் தொகையை எங்களால் செலுத்த முடிந்தது.

மறுநாள், சனிக்கிழமையன்று, பிணவறையிலிருந்து கல்லறைத்தோட்டம் வரைக்கும் போகும் சவஊர்வலத்தின் ஒரு பகுதியாக, கசாப்புக்காரர்களுள் சிலர் அவருடைய உடலை கசாப்புக்கடையின் தாழ்வாரத்துக்குக் கொண்டு செல்ல விரும்பினார்கள், அங்குதான் தன்னுடைய சாகசங்களை நிகழ்த்தி தனக்கென பேரையும் புகழையும் அவர் உருவாக்கிக் கொண்டார். அம்மா ஒத்துக்கொண்டாள், அவருடைய காளைச்சண்டை வீரன் அங்கியை அவள் அவருக்கு அணிவிப்பதற்காக வீட்டுக்கும் அவரைக் கொண்டு வர வேண்டும் என்கிற நிபந்தனையின் பேரில்.

இதுவொரு முட்டாள்தனம் என நான் நினைத்தேன், ஏனென்றால் அங்கி அவருக்குப் பொருந்தாமல் பெரிதாயிருக்க மக்கள் அவரது தோற்றத்தைப் பார்த்து பரிகசிக்கக்கூடும். இதை நான் அம்மாவிடம் சொன்னேன், ஆனால் அவள் கிசுகிசுத்தாள், "அதை நான் பார்த்துக் கொள்கிறேன். எப்படியாகிலும், இறந்து போனவர்கள் தங்களுடைய சவப்பெட்டிகளுக்குள் அணிந்திருக்கும் ஆடைகளின் அளவை யாரும் அத்தனை கூர்ந்து கவனிக்க மாட்டார்கள்."

என் மாமாவுக்கு காளைச்சண்டை வீரன் அங்கியை அணிவிக்க உதவும்படி அம்மா என்னை கேட்டுக்கொண்டாள், அவரது மரியாதையைப் பாதுகாக்க. அதைச் செய்வது மிகவும் கடினமாயிருந்தது, ஏனெனில் அவரது உடல் மிகுந்த எடையோடிருக்க வரவேற்பறையோ குளிரூட்டும் வசதியின்றி மிகவும் வெப்பமாயிருந்தது. நாங்கள் அவரை உட்காரும்

நிலைக்குக் கொண்டு வந்தோம், முழு நிர்வாணமாக. அவருடைய கையை நான் உயர்த்தவிருந்த தருணத்தில் அவர் உயிர்பெறத் தொடங்கினார். “நீ என்ன செய்கிறாய், குரங்குப்பயலே?” என்றார். தொடர்ச்சியான மரணங்கள் அவரை மோசமான-நடத்தை கொண்டவராக மாற்றியிருந்தன. அவரது காளைச்சண்டை வீரன் அங்கியை அணிவித்து அவருக்கான சவக்குழிக்குள் இறக்கும் திட்டம் அம்மாவுக்கு இருந்ததென்பதை உணர்ந்தவுடன் அவர் கோபமுற்றார். அவளை அவமானப்படுத்தி தள்ளி விட, அவள் கீழே விழுந்தாள். இவ்வாறு என் அம்மா மோசமாக நடத்தப்படுவதைப பார்க்க எனக்குப் பிடிக்கவில்லை, ஏனென்றால் அவளுக்கு இருந்தவை யாவும் நல்லெண்ணங்களே. ஆனால் அவர் என் மீதும் பாயக்கூடும் என்கிற பயம் எனக்கிருந்தது, ஆகவே நான் அமைதியாக இருந்தேன். “சொர்க்கத்தில் உள்ள காளைச்சண்டை வீரர்கள் என்னைக் கேலி செய்யவேண்டும் என விரும்புகிறாயா என்ன?” என்றார்.

வெளியே காத்திருந்த மக்களிடம் என் மாமா மீண்டும் உயிரோடு வந்துவிட்டதைச் சொன்னோம், எனவே அவர்கள் கலைந்து சென்றார்கள். அவர்களில் ஒரு சிலர் எரிச்சலற்று அடுத்தமுறை என் மாமா இறந்தால் அவர்களிடம் சொல்ல வேண்டாமென்றார்கள், ஏனென்றால் சவஊர்வலத்தில் கலந்துகொண்டதன் மூலம் தங்களுடைய கடமைகளை அவர்கள் ஏற்கனவே நிறைவேற்றியிருந்தார்கள்.

வெள்ளி முதல் ஞாயிற்றுவரை எங்களோடு தங்கியபிறகு திங்களன்று விடிகாலையில் கசாப்புக்கடையில் வைத்து என் மாமா செத்துப்போனார். அங்கிக்குள் கொள்ளுமளவிற்கு எடை கூடுவதற்கான நம்பிக்கையை அவர் இழந்திருந்தார். தொளதொள அங்கியைப் பற்றிய கதை வெளியே கசிந்து விட்டிருந்தது - எப்படியென்று எனக்குத் தெரியாது. அனேகமாக அம்மாதான். அம்மாவுக்கு எப்போதும் நல்லெண்ணங்களே இருந்தன. தனது தோழியான ஒரு தையற்காரியிடம் அவள் பேசியிருக்கிறாள், அங்கியைச் சரி செய்ய ஏதேனும் வழி உள்ளதா எனக் கேட்டிருக்கிறாள். “இல்லை” என்ற தையற்காரி ரகசியத்தை வெளியே சொல்லிவிட்டாள். ஒட்டுமொத்த கசாப்புக்கடைக்கும் அது தெரிந்து விட்டது. அவர்கள் என் மாமாவை எள்ளி நகையாடினார்கள். தொளதொள அங்கியை அணிந்து அவர் கசாப்புக்கடைக்குச் சென்றார். அவர் முற்றத்துக்குள் போக மிகப்பெரிய மாட்டை அவர்கள் வெளியே

விட்டார்கள். அங்கிக்குள் தட்டுத்தடுமாறிக் கொண்டிருந்த என் மாமாவால் அதனைக் கட்டுப்படுத்த முடியவில்லை, மாடு அவரை மிதித்துத்துவைக்க அவர் செத்துப்போனார். நசுங்கியும் இரத்தவிளாறாகவும் கிடந்த அவரை நாங்கள் புதைத்தோம், செவ்வாயன்று காலையில், அவருடைய முதல் மரணம் நிகழ்ந்த ஒரு வாரத்துக்குப் பிறகு. வெகு சிலரே அடக்கத்தில் கலந்து கொண்டார்கள்.

காளைச்சண்டை வீரன் அங்கியைத் துவைத்தபிறகு அதைத் தொலைத்துக் கட்டுமாறு அம்மா என்னிடம் சொன்னாள். எங்களுக்குப் பணம் தேவையாக இருந்ததால் பயன்படுத்திய ஆடைகளுக்கான ஞாயிற்றுச்சந்தையில் அதை விற்றேன். அம்மா என்னிடம் தந்த ஒரு நெகிழி உறையின் மீது அந்த அங்கியை மூன்று கூறுகளாக அடுக்கினேன் - காற்சட்டைகள், சட்டை மற்றும் மேலங்கி என. காளைச்சண்டை வீரனுக்கான காலணிகளோ உள்ளாடைகளோ ஒருபோதும் என் மாமாவுக்குச் சொந்தமாக இருந்ததில்லை. என்னிடம் விற்க வேறெந்த பொருளும் இல்லையாதலால் அந்த அங்கியை கிடைத்த விலைக்கு நான் விற்க வேண்டியிருந்தது. ஆனால் அதிர்ஷ்டம் என் பக்கமிருக்க சீக்கிரமே மக்கள் கூடத் தொடங்கினார்கள்.

முடிவில் ஒரு வெளிநாட்டு மனிதர் முன்னால் வந்து அதைப் பரிசோதிக்கத் தொடங்கினார். பிறகு உடைந்த அறபுமொழியில் அவர் என்னிடம் கேட்டார், “இந்த அங்கி உனக்கு எங்கு கிடைத்தது?” நான் கவலையுற்றேன். அவர் தொடர்ந்தார், “இது டோமிங்குயினின் அங்கி, புகழ்பெற்ற காளைச்சண்டை வீரனுடையது.” அதற்கென அவர் என்னிடம் ஒரு பெரிய தொகையைத் தர அந்தப் பணத்தைக் கொண்டு என்னால் காற்றுப்பதனிடும் அமைப்பையும் குத்துச்சண்டைக் கையுறைகளையும் வாங்க சாத்தியப்பட்டது. மிச்சப்பணத்தை நான் அம்மாவிடம் தந்தேன். மீண்டும் நான் அவற்றை அணிவதற்காக எனது பருத்தியிலான இரவு ஆடைகள் காத்திருந்தன, என் அம்மாவிடம் சொன்னேன், “நான் செத்துப்போனால், என்னுடைய இரவு ஆடையை எனக்கு அணிவித்து விடு, உடன் எனது குத்துச்சண்டைக் கையுறைகளைப் போட்டு விடவும் மறக்காதே.”

◆◆◆

ஹஸன் ப்ளாஸிம் (Hassan Blasim) (1973)

ஈராக்கைச் சேர்ந்த எழுத்தாளரும் கவிஞரும் திரைப்பட இயக்குனருமான ஹஸன் ப்ளாசிம் அரசியல் காரணங்களால் புலம்பெயர்ந்து தற்போது ஃபின்லாந்தின் ஹெல்சின்கியில் வசிக்கிறார். சதாம் ஹுசைனின் ஆட்சியில் நிகழ்த்தப்பட்ட குர்துக்களின் கட்டாய இடப்பெயர்வு பற்றிய The Wounded Camera எனும் திரைப்படம் உட்பட ப்ளாஸிமின் பல திரைப்படங்கள் அரசு அடக்குமுறைக்கு எதிரானவையாக இருந்த சூழலில் அவர் நாட்டை விட்டு வெளியேறும்படி ஆனது. 2010ஆம் ஆண்டுக்கான Independent Foreign Fiction Prize-க்கான நீள்பட்டியலில் ப்ளாசிமின் முதல் சிறுகதைத் தொகுப்பான The Madman of Freedom Square இடம்பிடித்தது. அவரது இரண்டாம் தொகுப்பான The Iraqi Christ 2013-ல் வெளியானது. அவருடைய தேர்ந்தெடுத்த சிறுகதைகளின் தொகுப்பு The Corpse Exhibition பெங்குயின் பதிப்பகத்தால் 2014இல் அமெரிக்காவில் வெளியிடப்பட்டது. அதே ஆண்டில் The Iraqi Christ தொகுப்புக்காக Independent Foreign Fiction Prize –ஐ வென்ற முதல் அராபிய எழுத்தாளரானார் ஹஸன் ப்ளாஸிம். இருபதுக்கும் மேற்பட்ட மொழிகளில் ப்ளாசிமின் படைப்புகள் மொழிபெயர்க்கப்பட்டுள்ளன. Allah99 என்கிற அவருடைய முதல் நாவல் 2020இல் வெளியானது.

ஈராக்கின் கிறிஸ்து

ஒரு பழைய பெண்கள் பள்ளியில் நாங்கள் முகாமிட வேண்டியிருந்தது, ஆக வீரர்களுள் சிலர் இரவைக் கழிக்க ஆகச்சிறந்த இடம் பள்ளியின் வான்வழித்-தாக்குதலுக்கானப் புகலிடமே எனத் தீர்மானித்தார்கள். டேனியல் எனும் கிறிஸ்துவனோ தனது கம்பளியையும் மற்ற படுக்கையையும் எடுத்துக் கொண்டு திறந்தவெளி முற்றத்தை நோக்கித் தலைப்பட்டான்.

"உண்மையைச் சொன்னால், இந்தச் சூயிங்கம் கிறிஸ்துவன் ஒரு கிறுக்கன்," எனக் குறிப்பிட்டான் வீரர்களில் ஒருவன், பனைமரம் போல ஓர் உயரமான மனிதன், அவனுடைய வாய் முழுக்க வறண்ட பாணால் நிரம்பியிருந்தது.

"அனேகமாக நம் இஸ்லாமியர்களோடு உறங்க அவன் விரும்பாதிருக்கலாம்," மற்றொரு வீரன் கருத்துரைத்தான்.

அவ்விளைஞர்கள் குரங்குகள். டேனியலைப் பற்றிய உண்மை அவர்களுக்குத் தெரியாது. வகுப்பறைகளில் பெண்கள் அமர்ந்த மேசைகளைத் தேடிப்பிடித்து சுயமைதுனம் செய்வதில் அவர்கள் மும்முரமாயிருந்தார்கள். ஒரேயொரு ஏவுகணை போதும் நொடியில் அனைவரும் கருகிப்போன ஆணுறுப்புகளாகி விடுவார்கள். இதைப்போன்ற அபத்தமான போர்களில், டேனியலின் கொடை என்பது உயிரைக் காக்கவல்லது. குவைத் போரின்போது நாங்களிருவரும் ஒன்றாயிருந்தோம், அவனது

அற்புத ஆற்றல்கள் மட்டும் இல்லாதிருந்தால் நாங்கள் பிழைத்திருக்கவே மாட்டோம். மனச்சோர்வைத் தருகிற அவனுடைய இயல்பை மீறியும், டேனியலைச் சாதாரணமான ரத்தமும் சதையும் நிரம்பிய மனிதனாக எண்ணவியலாது. அவன் ஓர் இயற்கை ஆற்றல்.

அவனுக்கு நெருக்கமாக எனது கம்பளியை விரித்து மல்லாந்து படுத்தேன், அவனைப் போலவே, விண்வெளியை வெறித்தபடி.

“உறங்கிப்போ, அலி, எனது நண்பா. உறங்கிப்போ. இன்றிரவு எந்த அறிகுறியும் தெரியவில்லை. உறங்கிப்போ,” அவன் என்னிடம் சொன்னான், பிறகு உடனே குறட்டை விடத்தொடங்கினான்.

டேனியல் எப்போதும் சூயிங்கம்மை மென்று கொண்டிருப்பான். வீரர்கள் அவனுக்குச் சூயிங்கம் கிறிஸ்துவென ஞானஸ்நானம் செய்திருந்தனர். டேனியலின் மெல்லும் குணம் ஒருவகையில் ஆற்றலுக்கான மூலம் என நான் அடிக்கடி நினைத்துக் கொள்வேன், அவனது மூளைக்குள்ளிருந்த திரையின் பேட்டரியை அது ரீசார்ஜ் செய்தது. ராடார் தொகுதியில் பணிபுரிவதென்பதே அவனது வாழ்நாள் கனவு. உயர்நிலைப்பள்ளி முடித்தபிறகு வான்படையில் சேர அவன் விருப்பங்கொண்டிருந்தான், ஆனால் அவனுடைய விண்ணப்பம் நிராகரிக்கப்பட்டது, அனேகமாக ஏனென்றால் எழுபதுகளில் அவன் தந்தை தீவிர கம்யூனிஸ்டாக இருந்தவர். பெண்களையோ அல்லது கால்பந்தையோ மற்ற ஆண்கள் நேசித்ததுபோல ராடாரை அவன் நேசித்தான். ராடார் அமைப்புகளின் படங்களைச் சேகரித்ததோடு அலைவரிசைகளையும் குறிகைகளையும் பற்றிப் பேசிக்கொண்டே இருப்பான், யாரோவொரு பெண்தோழியோடு வைக்கோற்போருக்குள் தான் கட்டிப்புரண்டதைப்போல. கடந்த போரின்போது, அவன் சொன்னது எனக்கு நினைவிருக்கிறது, “அலி, மனிதர்களே ஆகச்சிறந்த ராடார் ரிசீவர்கள், மற்ற விலங்குகளுடன் ஒப்பிட. உன்னுடைய ஆன்மாவை உடலை விட்டு வெளியேற்றுவதையும் பிறகு மீண்டும் அதை உள்ளே அழைத்து வருவதையும் மட்டும் வெறுமனே நீ பயிற்சி செய்தாக வேண்டும், மூச்சை வெளியேற்றி உள்ளிழுப்பதைப் போல.” ராடார் சமன்பாட்டைத் தனது வலதுகரத்தில் அவன் பச்சை குத்தியிருந்தான்.

வான்படையில் சேரும் டேனியலின் நம்பிக்கைகள் நொறுங்கியபிறகு, ராணுவ மருத்துவக்குழுவில் சேர அவன் விருப்பம் தெரிவித்தான். ஆனால் ராடாரைப் பற்றிய தனது

ஆர்வத்தை அவன் கைவிடவில்லை, மேலும் அவனைப் பற்றி அறிந்த எவருமே இவ்வெறியைக் கண்டு ஆச்சரியம் கொள்ளமாட்டார்கள், ஏனெனில் அந்தச் சூயிங்கம் கிறிஸ்துதான் அவனளவில் உலகின் மிகவும் விசித்திரமான ராடாராக இருந்தான். குவைத்தில் நிகழ்ந்த போரின் பயங்கர இரவுகள் இன்னும் எனக்கு நினைவுள்ளன. வீரர்கள், வாத்துக்குஞ்சுகள் போல அச்சமுற்றவர்களாக, அவன் எங்கு சென்றாலும் அவனைப் பின்தொடர்ந்து சென்றார்கள். கூட்டமைப்பின் விமானங்கள் எங்களுடைய மறைகுழிகளின் மீது வெடிகுண்டுகளை வீசிப்போகும், எங்களால் ஒருமுறை கூடத் திருப்பிச் சுடமுடியாது. ஏதோவொரு அறுதியான, அதியற்புத ஆற்றலோடு நாங்கள் போரிடுவதாக உணர்வோம். எங்களால் முடிந்ததெல்லாம் இன்னும் இன்னும் மறைகுழிகளைத் தோண்டி எலிகளைப் போல ஒவ்வொரு இடமாக ஊர்ந்து செல்வது மாத்திரமே. இறுதியில் நாங்கள் பாலைவனத்துக்கு அருகாமையில் முகாமிட்டிருந்தோம். எங்களிடம் மீதமிருந்ததெல்லாம் கடவுள் குறித்த நம்பிக்கையும் டேனியல் எனும் கிறிஸ்துவனின் ஆற்றல்களும் மட்டுமே. ஓரிரவில் மற்ற வீரர்களோடு சேர்ந்து நாங்கள் மறைகுழிக்குள் உணவருந்திக் கொண்டிருந்தவேளையில் வயிறு வலிப்பதாக டேனியல் புகார் வாசித்தான். வீரர்கள் உண்ணுவதை நிறுத்தினார்கள், அவர்களின் ஆயுதங்களைக் கையில் எடுத்துக் கொண்டு, எழுந்து நிற்கத் தயாரானார்கள், அனைவரும் டேனியலின் வாயைப் பார்த்தவாறே.

“பெரிய நீர்த்தொட்டியின் நிழலில் நான் படுத்துக்கொள்ள விரும்புகிறேன்,” கிறிஸ்து இறுதியாகச் சொன்னான்.

மறைகுழியை நீங்கிக் கிளம்பியவனோடு வீரர்களும் இணைந்து கொண்டனர், அவனேதோ ஏவுகணைகளுக்கு எதிரான கவசமென்பதைப்போல அவனுக்கு நெருக்கமாயிருக்க முண்டியடித்தபடி. நிழலில் அவர்கள் அவனைச் சுற்றி அமர்ந்தார்கள். சரியாக முப்பத்தைந்து நிமிடங்களுக்குப் பிறகு மூன்று குண்டுகள் மறைகுழியின் மீது விழுந்தன. அந்த ஒருமுறை மட்டுமல்ல. கிறிஸ்துவின் முன்னுணர்வுகள் பல வீரர்களைக் காப்பாற்றின. டேனியலோடு இருக்கையில் போர் ஒரு கார்ட்டூன் களமாக மாறியது. கண்சிமிட்டுவதற்குள், யதார்த்தம் அதன் ஒருங்கிணைப்பை இழந்திடும். அது சின்னாபின்னமாகிச் சிதற, மாயங்களுக்குள் நீங்கள் சிக்கிக்கொள்வீர்கள். ஓர் எடுத்துக்காட்டுக்கு, தலைமையகக் கட்டிடத்தின் மீது ஓர்

அமெரிக்க உலங்கூர்தி மோதவிருப்பதை டேனியலினுடைய தொடையிடுக்கின் தொடர்-அரிப்புகள் முன்னறிவித்ததை நீங்கள் என்னவென்று புரிந்து கொள்வீர்கள்? டேனியலிடமிருந்து அடுத்தடுத்து வந்த மூன்று தும்மல்களால் படுபயங்கர ராக்கெட் தாக்குதலை முன்னறிவிக்க முடியுமென்று சொன்னால் நம்பமுடியுமா? கடலில் இருந்து அவர்கள் அவற்றை எங்கள் மீது எய்தார்கள். வீரர்களாகிய நாங்கள், செம்மறியாடுகளைப் போல, காமிக்ஸ் புத்தகங்களின் போர்களில் சண்டையிட்டுக் கொண்டிருந்தோம.

கிறிஸ்து பற்றிய அறிக்கைகளை உச்ச-அதிகாரத்திடம் சமர்ப்பித்திருப்பதான வதந்திகளை நான் கேள்விப்பட்டேன். ஆனால் அந்நாட்களின் குழப்பங்களும் எங்களுடைய ராணுவத்தின் தோல்வியும் - பூச்சிகளைப் போல அவர்கள் நசுக்கப்பட்டார்கள் - அதிகாரத்திலிருந்தவர்களை அவற்றின்மீது கவனம் செலுத்தவிடவில்லை. மந்திரவாதிகள், மறையியலாளர்கள் மற்றும் அற்புத சக்தி படைத்த மனிதர்களின் மீது ஜனாதிபதிக்கு இருந்த ஆர்வங்கள் பற்றியும் பல கதைகள் உலவின. எண்பதுகளின்போது எதிர்பாராதவகையில் ஆன்மிக உளவியல் குறித்த பல புத்தகங்கள் அவருடைய யோசனையின் பேரில்தான் ஈராக்கில் மொழிபெயர்க்கப்பட்டதாக அவர்கள் சொன்னார்கள், ஏனென்றால் வளர்ச்சியுற்ற நாடுகள் மனோவசிய வழிமுறைகளை உருவாக்கி அவற்றை ஒற்றாடலுக்குப் பயன்படுத்துவதாக அவர் கேள்விப்பட்டிருந்தார். அறிவியலும் மறையியலும் எப்படிப்பார்த்தாலும் ஒன்றுதான் என ஜனாதிபதி எண்ணினார்; ஓரேபோன்ற ரகசியங்களை வெளிப்படுத்த வெறுமனே அவை வெவ்வேறு வழிமுறைகளைப் பயன்படுத்தின.

தனது முன்னுணரும் ஆற்றல்களைப் பற்றி கிறிஸ்து பெருமை பீற்றவில்லை, அவற்றை அபூர்வமானதாகவும் கருதவில்லை. எதிர்காலத்தைக் கணிக்கும் மனிதகுலத்திறன் குறித்த கதைகளை அவன் வரலாற்றிலிருந்து சொல்வான். தனக்கிருந்த ஆற்றலை எண்ணி மகிழ்வதை அவனுடைய உளச்சோர்வு டேனியலுக்குச் சாத்தியமற்றதாகச் செய்கிறதென்னும் முடிவுக்கு நான் வந்திருந்தேன். ராடாரில் அவனுக்கிருந்த ஆர்வமும்கூட அவனுக்கு மகிழ்ச்சியைத் தரவில்லை. மகிழ்ச்சி குறித்த அவனுடைய எண்ணங்கள் மர்மமாயிருந்தன. ஏதோவொரு ஆழ்மனத் தெளிவின்மையைக் கண்டு

அவன் அஞ்சினானென்பதை அவனிடமிருந்து நான் புரிந்துகொண்டேன். இந்த மர்மமான உலகில் நாம் வெறுமனே எத்தனை செயலற்றவர்களாகவும் அற்பமானவர்களாகவும் இருக்கிறோம் என்பதற்கான மற்றொரு சமிக்ஞையே தனது ஆற்றல் என அவன் எண்ணினான். ஒரே நேரத்தில் கேலியானதாகவும் அச்சமூட்டுவதாகவும் குணங்களைக் கொண்ட ஓர் ஈராக்கிய எழுத்தாளரின் கதையைத் தனது இளவயதில் வாசித்ததாக அவன் என்னிடம் சொன்னான். அந்தக்கதையின் நாயகன் காலமென்னும் கற்பனையான நதியில் நிகழும் பயங்கரச் சண்டைக்குப் பிறகு ஒரு சுறாமீனால் விழுங்கப்படுவான். அங்கே இருட்டுக்குள் சிறைபிடிக்கப்பட்டவனாக அமர்ந்து அவன் தனிமையில் யோசிப்பான், "என் கண்முன்னால் உலகம் நிலைகுலைகிறது என்கிற எனது நிலையுணர்வையும் என்னுடைய தனிப்பட்ட வாழ்க்கையையும் எவ்வாறு என்னால் ஒருமைப்படுத்திப் பார்க்கவியலும்?"[1] "வாழ்நாள் முழுக்க என்னை அழுத்திக் கொண்டிருக்கும் கேள்வி அது. பிளந்திருக்கும் காயத்தைப்போல எப்போதும் அது என்னை விழிப்போடு வைத்திருக்கிறது," என்றான் கிறிஸ்து.

மறுநாள் காலை நாங்கள் விழித்தபோது அமெரிக்கப்படைகள் பாக்தாத்தின் எல்லைப்பகுதிகளை வந்தடைந்திருந்தன. சில மணி நேரங்களுக்குப் பிறகு சர்வாதிகாரியின் சிலையை அவர்கள் இடித்துத் தள்ளினார்கள். நம்பவியலாத ஒரு மீயதார்த்த அதிர்ச்சி அது. குடிமக்களின் ஆடைகளை அணிந்து நாங்கள் எங்களுடைய குடும்பங்களுக்குத் திரும்பிச் சென்றோம். வெறுமனே அதுவும் மற்றொரு பார்வையற்றவர்களின் போராகத்தான் இருந்தது, எங்களுடைய படையணியைச் சேர்ந்த யாரும் ஒருமுறை கூடச் சுடவில்லை.

அவையாவும் முடிந்த பிறகு, டேனியலை நான் பலமுறை சந்தித்தேன். தனது வயதுமுதிர்ந்த அம்மாவோடு வாழ அவன் திரும்பிப் போயிருந்தான். நாட்டில் பெருங்குழப்பங்கள் தலைதூக்கியபோது, பாக்தாத்தில் இருந்த அவனுடைய வீட்டுக்குச் சென்று அவனைப் பார்த்தேன். ராணுவத்துக்குத் திரும்பிப்போவது குறித்து அவனிடம் பேச நினைத்தேன். தானும் சர்வாதிகாரியை வெறுத்ததாக என்னிடம் அவன் சொன்னான், என்றாலும் ஆக்கிரமிப்பாளர்களின் ஆதரவு ராணுவத்துக்குத் தான் பங்களிக்க மாட்டேன் என்பதையும். அதன் பிற்பாடு அவனை மீண்டும் நான் சந்திக்கவில்லை.

என்னைப் பொருத்தமட்டில் நான் இராணுவத்துக்குத் திரும்பினேன், டேனியலோ தன் தாயைப் பார்த்துக் கொள்ளத் திரும்பிச் சென்றான். அவனுக்கு இரண்டு சகோதரிகள் இருந்தனர், பல வருடங்களுக்கு முன்பே கனடாவுக்கு அவர்கள் குடிபெயர்ந்திருந்தனர், அவனது மற்ற உறவினர்களும் ஒருவர் பின் ஒருவராக நாட்டை விட்டு வெளியேறினார்கள், போர்களாலும் மதம்-சார்ந்த கிறுக்குத்தனங்களாலும் துரத்தப்பட்டு. அவனது பெரிய குடும்பத்தில், அவன் அம்மா மட்டுமே மீதமிருந்தார். தனது நேரத்தில் பெரும்பான்மையை டேனியல் வீட்டில்தான் கழித்தானென்பதை நான் அறிந்துகொண்டேன், புதினங்களையும் கலைக்களஞ்சியங்களையும் வாசித்தபடி, செய்திகளைத் தொடர்ந்தவாறும் தன் தாயைப் பார்த்துக் கொண்டும், தன்னுடைய செவித்திறன், பார்வையோடு நினைவுகளையும் அவள் இழந்திருந்தாள். முதுமை அவளை உலகத்திடமிருந்து பிரித்திருந்தது. அம்முதிய பெண்மணி மலமும் சிறுநீரும் வெளியேறுவதைக் கட்டுப்படுத்த முடியாதவளாக இருந்தாள். ஒவ்வொரு சில மணி நேரங்களிலும் கிறிஸ்து அவளது டயாபர்களை மாற்றுவான். அவன் தாயின் மரணம் அந்த இடத்தோடு அவனைக் கட்டிப்போட்டிருந்த கயிற்றை அறுத்தெறியும். குடிபெயர்ந்து போகவும் அவன் ஏதும் திட்டமிடவில்லை. ஒரு நீண்ட கடிதத்தில், நாட்டை விட்டு வெளியேறும்படி அவனது மூத்த சகோதரி அவனுக்கு வலியுறுத்தினாள், ஆனால் கிறிஸ்துவும் அவன் அம்மாவைப் போலவே தீர்க்கமாயிருந்தான். சாத்தானின் தூண்டுதலை அவர்களிருவரும் நிராகரித்தார்கள் - தொலைந்த அவர்களின் சொர்க்கத்தை நீங்கிப்போவதை.

ஒரு ஞாயிற்றுக்கிழமை கூட்டுப்பிரார்த்தனைக்குப் பிறகு, அதன் கெபாப்களுக்காகப் புகழ்பெற்ற உள்ளூர் உணவகத்துக்கு கிறிஸ்து தன் அம்மாவை அழைத்துப்போனான். அந்த இடத்தின் தூய்மைக்காகவும் குழந்தைகளுக்கெனத் தனித்த இருக்கைகளை ஒதுக்கிய வழிமுறைக்காகவும் அதை அவன் விரும்பினான். உணவகம் நிறையவே மாறியிருந்தது. கடைசியாகத் தான் அங்கு வந்துபோன சமயத்தை அவனால் நினைவுகூர முடியவில்லை. மூலையில் காலியான இருக்கையைத் தேர்ந்தெடுத்து, தன் அம்மா அங்கு உட்கார உதவினான் கிறிஸ்து. பரிசாரகனின் அருமையான நகைச்சுவை அவனுக்கு உற்சாகமூட்டியது. அந்த மனிதன் பதார்த்தங்களின் பெயர்களையும் கசாப்புக்குப் பயன்படும் அன்றாடப் பொருட்களின் பெயர்களையும் மாற்றி மாற்றிச் சொன்னான். வாடிக்கையாளர்கள் வெடித்துச்

சிரித்ததோடு அவனை ரசித்தார்கள். இதுபோன்ற ஆர்டர்களை அவன் அறிவித்தான்: “வெடித்துச் சிதற வைக்கும், மூளையைக் கலங்கடிக்கும், குடலைப் பிடுங்கியெறியும் ஒரு கெபாப். ஒரு பிரிவினைவாத ஸ்டூ. இரண்டு எறிபொருள் அரிசியுணவும் பீன்ஸ்களும்.”

காரமாக மிளகுப்பொடி தூவிய ஒன்றரை கெபாப்களும், ஒரு கோப்பை அய்ரனும்[2] உடன் குளிர்ந்த பழரசமும் கொண்டு வரும்படி கிறிஸ்து கேட்டுக் கொண்டான். அவனுக்குத் தேவையான உணவோடு திரும்பிவந்த பரிசாரகன் ஆர்வக்கோளாறான மனிதர்கள் பற்றிய நகைச்சுவை ஒன்றைக் கூறினான். கிறிஸ்து இணக்கமாகப் புன்னகைத்தான். தன் அம்மாவின் விரல்களை அவன் மென்மையாகப் பற்றித் தூக்கி, சூடான கெபாப்களையும் வறுத்த உருளைகளையும் அவள் உணரும் வண்ணம் அவற்றின் மீது வைத்தான். பிறகு அவ்விரல்களை மீண்டும் மேசையின் முனையில் அவற்றுக்கான இடத்தில் கொண்டு வைத்தான். சுவைமிகுந்த உணவில் கொஞ்சமாகப் பிட்டு அவளது வாய்க்குள் அழுத்தினான், அதீதமான, சுயநலமற்ற அன்போடு அவளைப் பார்த்துப் புன்னகைத்தபடி.

ஓர் இளைஞன் கிறிஸ்துவின் மேசையில் தான் அமரலாமா எனக் கேட்டான். பருத்த உடலோடும் முகத்தில் இறுக்கமான உணர்வோடும், அனேகமாக அவனுக்கு இருபது வயதிருக்கக்கூடும். சற்றதிக வெங்காயத்தோடு ஒரு கெபாப்பைக் கொண்டுவரும்படி அவன் பணித்தான். உண்மையில் அவன் சற்று அழகாகத்தான் இருந்தானென்றாலும் இடைவிடாமல் தனது கழுத்தைச் சொறிந்து கொண்டேயிருந்தான், ஏதோ சிரங்கு பிடித்தவனைப்போல. அவனது கண்கள் ஒவ்வொரு மேசையாகச் சுற்றிச் சுற்றி வந்தன. டேனியல் சாலட் இருந்த தட்டைத் தன் அம்மாவின் விரல்களுக்கருகே நகர்த்தி வைத்து அதிலிருந்த காய்கறிகளை அவள் உணரச் செய்தான். அவளுக்கு இன்னொரு வாய் ஊட்ட தயாராகியிருந்தான். அந்த இளைஞனோ திருட்டுத்தனமாக அவர்களைப் பார்த்தவாறிருந்தான். அவன் வினோதமானவனாகவும் தென்பட்டான். ஒரு துண்டு இறைச்சியை மென்றவாறே அதை விழுங்க அவன் முயற்சித்துக் கொண்டிருந்தான், அவனுடைய அழகிய கண்களில் இருந்து கண்ணீர் வழிந்தவாறிருந்தது. டேனியல் அவனைப் பற்றிய எச்சரிக்கையோடு இருந்தான். அவன் முன்னால் குனிந்து தன்னால் ஏதும் உதவ முடியுமாவென்று

கேட்டான். கேள்வியை அவன் மீண்டும் கேட்டான், ஆனால் அவ்விளைஞனின் கண்கள் தட்டின் மீதே நிலைத்திருக்க டேனியல் சொன்னதை அவன் கேட்டதாகத் தெரியவில்லை. அவன் மெல்லுவதைத் தொடர்ந்தான், கண்ணீர் தொடர்ந்து வழிந்தவாறிருந்தது. அவன் கைக்குட்டையை வெளியே எடுத்தான், தனது கண்ணீரைத் துடைத்துக்கொண்டு, மூக்கைச் சுத்தம் செய்தான். உணவகத்தைச் சுற்றி நோட்டமிட்டான், பிறகு டேனியலின் கண்களுக்குள் வெறித்துப் பார்த்தான். வேறொரு முகத்தை வெளிப்படுத்தும் வகையில் அவனுடைய குணநலன்கள் மாறிப்போயின, ஏதோவொரு முகமூடியைக் கழற்றி எறிந்தாற்போல. தனது மேலங்கியின் விளிம்பை இறுகப்பற்றி, தனது மார்பை வெளிக்காட்டும் ஒருவனைப் போல, அதை விலக்கித் திறந்தான்.

“இதுவொரு வெடிகுண்டுப் பட்டை. யாரேனும் ஒருவார்த்தை பேசினாலும் என்னை நானே வெடிக்க வைப்பேன்,” அவ்விளைஞன் சொன்னான், பயமுறுத்தும் ஓரப்பார்வையால் அந்த முதிய பெண்மணியைப் பார்த்தபடி.

***

நட்புறவுகளின் துப்பாக்கிச்சூட்டில் நான் கொல்லப்பட்டேன், நானேதான். ஊடுருவலுக்குப் பிறகு அமெரிக்கப்படைகளோடு சேர்ந்து நாங்கள் கூட்டுக் கண்காணிப்பில் ஈடுபட்டிருந்தோம். கிராமத்தின் ஒரு வீட்டிலிருந்து யாரோ எங்களை நோக்கிச் சுட்டார்கள். பைத்தியம்பிடித்தாற்போல அமெரிக்கர்கள் எதிர்வினை ஆற்றினார்கள், நாங்கள்தான் அவர்களைச் சுடுகிறோம் என்று நினைத்தார்கள் போல. நான் மூன்று முறை தலையில் சுடப்பட்டேன். அடுத்த உலகில் நான் கிறிஸ்துவைச் சந்தித்தேன், எங்களிருவருக்கும் அதீத மகிழ்ச்சி. கெபாப் உணவகத்தில் எவ்வித அர்த்தமுமின்றி அவ்விளைஞனிடம் தான் சிக்கிக்கொண்டதைப் பற்றி அவன் என்னிடம் சொன்னான். அச்சம் மட்டுமே அவனை முடமாக்கியிருக்கவில்லை, முக்திநிலை பற்றிய ஏதோ மர்மமான விருப்பமும் அவனுக்கிருந்தது. சில கணங்களுக்கு அவன் அந்த இளைஞனின் கண்களுக்குள் உற்றுப்பார்த்தான். அவன் கிறிஸ்துவை நோக்கி குனிந்தான், எழுந்து தன்னோடு கழிவறைக்கு வரும்படி அவனிடம் சொன்னான். முதலில் அவன் தனது இடத்தை விட்டு நகரவில்லை, ஏதோ கல்லாக

மாறியதைப்போல. பிறகு தன் அம்மாவின் நெற்றியில் முத்தமிட்டு அவன் எழுந்து நின்றான்.

கழிவறைகளுக்குப் போகும் பாதையில் அவ்விளைஞன் முன்னால் சென்றான். கதவை மூடி விட்டு வெடிகுண்டுப் பட்டையின் பொத்தானில் தன்னுடைய விரல்நுனியை வைத்தான். தனது மறுகையால் இடைவாரிலிருந்து அவன் ஒரு துப்பாக்கியை உருவி அதை டேனியலின் தலைக்குக் குறிவைத்தான். இந்தப் புள்ளியில் அவ்விளைஞன் உண்மையில் கிறிஸ்துவை இறுக அணைத்ததைப் போலிருந்தான், கைகளிரண்டும் அவனைச் சூழ்ந்திருக்க, ஏனென்றால் அந்த இடம் மிகவும் சிறியதாக இருந்தது. தனக்கு என்ன வேண்டுமென்பதை அவன் எடுத்துரைத்தான்: அவனுடைய இடத்தில் வெடிகுண்டுப் பட்டையை டேனியல் அணிந்துகொள்ள வேண்டும், அதற்குப் பதிலாக முதியவளின் உயிரை அவன் காப்பாற்றுவான்.

அதீத மிரட்சியின் பிடியிலிருந்த அவ்விளைஞனால் தன்னைக் கட்டுப்படுத்திக் கொள்ள முடியவில்லை. உணவகத்துக்கு வெளியே இருந்து யாரோ அந்தக் குண்டுவெடிப்பை படம்பிடிப்பதாக அவன் சொன்னான், தன்னைத்தானே அவன் வெடிக்கச் செய்யாவிட்டால் அவர்கள் அவனைக் கொன்றுவிடுவார்கள் எனவும். பதிலுக்கு டேனியல் ஏதும் சொல்லவில்லை. அவர்களுக்கு வியர்க்கத் தொடங்கியது. வாடிக்கையாளர்களில் ஒருவர் கழிவறைக்கதவைத் தள்ளித் திறக்க முயற்சித்தார். இளைஞன் தொண்டையைச் செருமிக்கொண்டான். பிறகு, உணவகத்தை விட்டு முதிய பெண்மணியைப் பத்திரமாகத் தான் அழைத்துப் போவதாக அவன் மீண்டும் கிறிஸ்துவிடம் உறுதிகூறினான், ஆனால் டேனியல் தன்னைத்தானே வெடித்துக் கொள்ளாவிட்டால் அவளை அவன் கொன்றுவிடுவான். அரை நிமிட மௌனம் கடந்து சென்றது, பிறகு தன்னுடைய தலையசைப்பால் அவன் அதற்கு ஒத்துக்கொண்டு இளைஞனின் கண்களுக்குள் வெறுமனே வெறித்துப் பார்க்கத் தொடங்கினான். பட்டையைக் கழற்றி அதை அவனுடைய இடுப்பில் சுற்றிக் கொள்ளும்படி இளைஞன் சொன்னான். அவ்வறை மிகவும் குறுகலான ஒன்றென்பதால் அந்த வழிமுறை கடினமானதாக இருந்தது. இளைஞன் வெகு கவனமாகப் பின்வாங்கிச் சென்றான், வெடிகுண்டுப் பட்டை அணிந்திருந்த கிறிஸ்துவை மட்டும் கழிவறைக்குள் விட்டு. பிறகு உணவகத்தின் மூலையில் அமர்ந்திருந்த முதிய பெண்மணியை நோக்கி அவன் விரைந்து

சென்றான். அவளுடைய தோளில் மெல்லத் தட்டி அவளது கைகளை அவன் பற்றிக் கொண்டான். அவள் எழுந்து கொண்டு, ஒரு குழந்தையைப் போல அவனைப் பின்தொடர்ந்து சென்றாள். உணவகம் ஆட்களால் நிரம்பத் தொடங்கியிருக்க, கூச்சல்களின் அளவும் அதிகரித்தவாறிருந்தது, மக்களின் சிரிப்பாலும் கத்திச் சண்டையைப் போல உரக்க ஒலியெழுப்பிய முட்கரண்டிகளாலும்.

கிறிஸ்து முழங்காலிட்டு அமர்ந்தான். அவனுக்குச் சுவாசிக்க சிரமமாயிருக்க, தனது கால்சட்டையில் அவன் சிறுநீர் கழித்திருந்தான். கழிவறையின் கதவைத் திறந்து உணவகத்துக்குள் ஊர்ந்து சென்றான். யாரோ அவனைக் கதவருகே பார்த்துவிட்டு அலறியபடித் திரும்பி ஓடினார்கள், "மனித வெடிகுண்டு, மனித வெடிகுண்டு!"

தப்பிப்பதற்காக ஆண்களும் பெண்களும் குழந்தைகளும் ஒருவரையொருவர் மிதித்துத் தள்ளி ஓடியபோது, அந்தக் குழப்பத்துக்கு மத்தியிலும், தன் அம்மாவின் இருக்கை காலியாக இருப்பதை கிறிஸ்து பார்த்தான், பிறகு அவன் பொத்தானை அழுத்தினான்.

◆◆◆

குறிப்புகள்:

1. ஒரு பேட்டியில் இங்க்மர் பெர்க்மேன் கேட்ட புகழ்பெற்றக் கேள்வி.
2. அய்ரன் (Ayran) - குளிர்ந்த நீரும் தயிரும் சில சமயங்களில் உப்பும் கலந்து செய்யப்படும் குளிர்பானம்.

லைலா அல்-ஓத்மன் (Laila al-Othman) (1943)

குவைத்தைச் சேர்ந்த எழுத்தாளரான லைலா அல்-ஓத்மன் 1943ஆம் வருடம் ஒரு சிறிய கடற்புர நகரத்தில் பிறந்தவர். மகன் பிறப்பான் என்றெண்ணிய அவர் தாயார் பெண்குழந்தை பிறந்த ஆத்திரத்தில் அதை மருத்துவமனை சாளரத்தின் வழியே வீசியெறிந்தார். இறுதியில் அங்கிருந்த செவிலிப்பெண்ணால் குழந்தை காப்பாற்றப்பட்டது. இந்தச் சம்பவம் லைலா அல்-ஓத்மனைப் பெரிதும் பாதித்ததால் அவருடைய பிற்காலச் சிறுகதைகள் பலவும் இதன் தாக்கத்தைக் கொண்டிருந்தன. பெரும்பாலும் தன்னுடைய வாழ்வின் அனுபவங்களையே லைலா அல்-ஓத்மன் புனைவாக மாற்றினார். சமூகம் மற்றும் மதம் சார்ந்து லைலா அல்-ஓத்மன் வெளிப்படுத்திய சில கருத்துகளுக்காக அவர் தீவிரமாக விமர்சிக்கப்பட்டார். இஸ்லாமிய அடிப்படைவாதத்தை எதிர்த்து எழுதியதால் 2000இல் ஒருமுறை கைதும் செய்யப்பட்டார். ஈராக் போரின்போது அதன் பயங்கரங்களைப் புரிந்து கொள்ள குவைத்தில் தங்கியிருந்தார். குவைத்தைத் தவிரவும் லெபனான் மீதும் அவருக்கு மிகுந்த ஈடுபாடு இருந்தது. இதுவரைக்கும் 14 சிறுகதைத் தொகுதிகள், 9 நாவல்கள் மற்றும் எண்ணற்ற செய்தித்தாள் பத்திகளையும் லைலா அல்-ஓத்மன் எழுதியிருக்கிறார்.

புகைப்படம்

என்னுடைய பிறந்தநாள் விழா முடிந்து விட்டிருந்தது. தனது பிறந்தநாளைக் கொண்டாடும் நாற்பத்து-ஐந்து வயதுப் பெண்மணி நான்...

என்னைச் சுற்றிலும் பார்த்தேன். பழுப்புநிற இரவு முழுக்க அமைதியில் உறைந்திருந்தது. விருந்தாளிகள் கலையத் தொடங்கியிருந்தனர், ஒவ்வொரு குழுவும் அவரவருக்கானத் தனிப்பட்ட திசையில் போகத் தலைப்பட்டனர். சில மனிதர்கள் தங்களின் நிதானத்தை தங்களுடைய கண்ணாடிக்கோப்பைகளின் அடியில் மிதக்க விட்டு உற்சாகமாகத் தட்டுத்தடுமாறி வெளியேறினார்கள். அறையில் இருந்த யாவும் கலைந்திருந்தன, காலைப்பொழுதுக்காகக் காத்திருந்தபடி, அவற்றைச் சுத்தப்படுத்தும் பணியாளின் கரங்கள் வந்து பணியைத் தொடங்குவதற்கென. வெள்ளியிலும் தங்கத்திலும் அலங்காரத்தாள்கள் எங்கும் சிதறிக்கிடந்தன அல்லது உயிரற்றக் கம்பளிப்பூச்சிகளைப் போல உத்தரத்திலிருந்து தொங்கின.

காலியான, வறண்ட கண்ணாடிக்கோப்பைகளும் அங்கிருந்தன, கையில் அவற்றை ஏந்தியிருந்த வர்களின் தீராத தாகத்துக்குச் சாட்சியாக. மற்றக் கோப்பைகளில் பானங்களின் மீதங்களோடு ஒன்றாகக் கலந்திருந்த பாதி-கரைந்த ஐஸ்கட்டிகள் நிறைந்திருந்தன. ஏதோ ஒவ்வொரு கரைசலில் இருந்தும் அதைக் குடித்தவரின் மூச்சுக்காற்று மணம் வெளிப்படுவதாகத் தோன்றியது.

மிச்சம் மீதிகளால் மேசை நிரம்பி வழிந்திட, அவற்றுள் பெரும்பாலும் பாழாகி யாரும் தீண்டாமல் கிடந்தன. அனேகமாக செரிமானமின்மையின் தாக்கத்தை விருந்தாளிகள் உணர்ந்திருக்கலாம் - கட்டுப்பாடின்றி சாப்பிடும் பழக்கம் அவர்களுக்கு உண்டு. முழுக்கச் சிகரெட்டுகளும் சுருட்டுமுனைகளும் நிரம்பிய எண்ணற்ற கிண்ணங்கள் ஒவ்வொரு சிறிய மேசையின் மீதுமிருந்தன. அந்தச் சங்கதிகள் வினோதமான நறுமணத்தை வெளிப்படுத்தின. சிலர் அந்த மணத்தை வெறுத்தார்கள், ஆனால் எப்போதும் நானதை விரும்பினேன். திகைப்பூட்டும் உணர்வை அது எனக்கு வழங்கியது, மாலைநேர ஓய்வுத்தருணத்துக்கான ஒருவித ஏக்கத்தை என்னுடம்பெங்கும் செலுத்துவதைப்போல.

தனியாக...

தங்கநிறச் சட்டகத்துடன் கூடிய கண்ணாடியின் முன் நான் நின்றேன். அது பிரகாசித்தது. எனது முகமும் உடலில் பாதியும் அதில் பிரதிபலித்தன. நான் இன்னுமின்னும் நெருங்கிச் சென்றேன், அந்தக் கண்ணாடி முழுக்க எனது முகம் நிறையுமட்டும். நெருக்கத்திலிருந்து எனது முகத்தை நான் உற்றுப்பார்த்தேன். அப்போதுதான் என் கணவருக்கு உண்மையில்லாதவளாக இருக்கத் தீர்மானித்தேன்.

விழாவுக்கு வந்திருந்த மனிதர்களுள் எவரிடமும் நான் ஈர்க்கப்படவோ அல்லது அச்சப்படவோ இல்லை, அங்கிருந்த பெண்களுள் சிலர் - அற்புதமான நறுமணங்களைப் பரப்பும் - வெம்மையான ஆற்றுப்படுகை போன்ற மார்புப்பிளவுடன் கூடிய பருத்த மார்பகங்களோடு இருந்தார்களெனும் சங்கதியை மீறி. ஒரு சில வாசனைத்திரவியங்களை நான் ரசித்தேன்; மற்றவற்றின் மீது எனக்கு வெறுப்பும் இருந்தது. எனது முதல் கர்ப்பத்தோடு வளர்ந்த மிகுவிருப்பங்களோடு இணைந்து அந்த வெறுப்பும் வளர்ந்தது, மேலும் இந்நாள் வரைக்கும் அது தொடர்ந்தது.

ஓரங்கட்டி நடந்தபடி ஆண்கள் மோப்பம் பிடித்தார்கள், தங்களுடைய ஓரப்பார்வைகளில் காமத்தோடும் பசியோடும், வேறொருவரின் வீட்டிலிருக்கிறோம் என்பதை முற்றிலும் மறந்தவர்களாக. நட்புகள் உருவாகின, உடன் பெரும்பாலும் ஓரேயொரு பார்வையில், அது முடிவு செய்யப்பட்டது... நேரமும் இடமும்.

எந்த முகமும் எனக்குக் கிளர்ச்சியூட்டவில்லை, தற்போது நான் தொடர்ந்து கொண்டிருந்த ஒன்றைத்தவிர - என் கணவரின் முகம்: சுருக்கங்களுடன் கூடிய அவரின் நெற்றியும், அவருடைய கண்களுக்கிடையே இருந்த இடைவெளியைப் பிரித்த பக்க அணிமை (*Juxtapose*) எண்களைப்போன்ற இரண்டு ஆழமான பள்ளங்களும், அவரின் இயல்புக்கு ஒவ்வாத சற்றுக் கொடூரமானத் தோற்றத்தை அவை அவருக்களித்தன. அவரது உடல் உயரமாகவும் உருண்டையாகவும் இருந்தது; அவரது கேசம் முன்புறம் மெலிதாகவும் நெற்றிப்பொட்டில் அடர்ந்துமிருந்தது, குளிர்கால இரவில் பொழியும் பனியின் ஒளிவட்டத்தைப்போல; அவரது மூக்கு நீளமாயிருந்தது, சிதறுண்டிருந்த சில பழைய தழும்புகளோடு; உடன் அவரது உதடுகள் பெரிதாயிருந்தன, அவற்றுள் மேற்புற உதடு அடர்த்தியான வெள்ளிநிற மீசையால் பாதி மறைக்கப்பட்டிருந்தது.

என் கணவரின் முகம் எனது ஆர்வத்தைத் தூண்டியது. அதில் தோய்ந்திருந்த புன்னகை, ஆழ்ந்த சிந்தனை, சில சமயங்களில் கடுமையும் குழப்பமும் கூட, கூடவே நிறைய கவர்ச்சியும்...

மேலும் எனது சொந்த முகத்தை என்ன செய்வது, ஆடியில் தற்போது நான் பார்த்துக் கொண்டிருந்ததை? உண்மையை அந்தக் கண்ணாடி என்னிடம் பிரதிபலித்தது. நாசமாய்ப்போன அந்தக் கண்ணாடி என்னிடம் பெருமை பீற்றியது, இப்படிச் சொல்வதைப்போல, "இதுதான் நீ, மேலும் நீ நிராகரிக்க விரும்பும் உண்மை இதுதான். நாற்பத்து-ஐந்து வயதுப் பெண்மணி நீ, இன்னும் உனது பிறந்தநாளைக் கொண்டாடுவதில் உன் கணவன் விருப்பங்கொண்டிருக்கிறான், ஏதோ நீயொரு சின்னப்பெண் என்பதைப்போல. அனேகமாக அவன் உன்னைக் காதலிக்கிறான். அல்லது அனேகமாக ஒன்றன் பின் ஒன்றாக வருடங்கள் கடந்து போவதை உனக்கு உணர்த்துவதற்காக அவன் இதைச் செய்கிறான், வருவதும் போவதுமாக அவை உனது வாழ்க்கையை விழுங்குகின்றன, சிறிது சிறிதாக, அவற்றோடு உனது புதுமையையும் உயிர்த்திறனையும் இளமையையும் அழகையும் கூட."

எனது முகம் அப்படியொன்றும் அவலட்சணமில்லை, ஆனால் உண்மையைச் சொன்னால், என் கணவரின் முகத்தோடு ஒப்பிட அது சற்றுக் குறைவான அழகோடும் ஈர்ப்போடும்தான் இருந்தது. சுருக்கங்கள் எனது கண்களைச் சூழ்ந்திருந்தன - அவரின் கண்களைப் போலல்லாது, அவற்றைச் சுற்றியிருந்த

தோல் இன்னும் இறுக்கமாக இருந்தது, வயது அவருக்கு ஐம்பத்து மூன்றைத் தாண்டியிருந்தபோதும்.

இதுதான் எனது முகம், மேலும் இதுதான் அதைப்பற்றிய உண்மையும் கூட. கலகத்துக்கான ஒரு விபரீத உணர்வை எனது ஆன்மாவுக்குள் சட்டென்றுத் தட்டியெழுப்பிய ஓர் உண்மை.

நான் ஒரு தீர்மானத்தை வந்தடைந்தேன்: என் கணவருக்கு உண்மையில்லாதவளாக இருக்க.

எப்படி? எப்போது? யாரோடு? தீவிரமான இந்தக் கேள்விகளுக்கான விடைகளைக் கண்டுபிடிப்பதில் நான் அக்கறை கொள்ளவில்லை. தீர்மானத்தின் தற்கணத்தில் நான் நின்றிருந்தேன். ஒரு சாகசப்பயணத்தை மேற்கொள்ள முடிவெடுத்தேன் - எனக்கு அது தேவைப்படுவதாக உணர்ந்தேன். இளமைக்கால உணர்வுகளை மீண்டும் கொண்டு வரக்கூடிய ஒரு சாகசப்பயணம். நாற்பத்து-ஐந்து வயதான ஒரு பெண், ஆனால் அவள் விரும்பினாள், ஏங்கினாள். அவளுக்கு மற்றோர் ஆண் இருப்பான். அவளைப் பற்றி அவன் கனவு காணுவான், அவளைப் பற்றியே நினைப்பான், அவளிடம் அக்கறை காட்டுவான். அந்த மற்ற பெண்கள் போல, என் கணவரின் கவனத்தை ஈர்த்தவர்கள் போலவே. அனேகமாகக் கணநேரத்தின் தற்காலிக மகிழ்ச்சியால் அவர்கள் அவரை ஆக்கிரமித்திருக்கலாம், அல்லது அனேகமாக எனக்குத் தெரியாமலேயே அவ்வுறவுகள் பல மாதங்கள் நீடிக்கவும் செய்திருக்கலாம். எல்லாவற்றுக்குப் பிறகும், எனது அழகு மற்றும் உடற்கவர்ச்சி குறித்து நான் மிகுந்த நம்பிக்கையோடிருந்தேன்.

இன்றைய இரவு வேறெந்த இரவைப்போலவும் இருக்கவில்லை - எனது மனதின் தொடுவானங்களுக்கு இடையேயான ஒரு புதிய பயணத்தின் தொடக்கம் அது. எனது கணவரிடமிருந்து மீட்டு இதுவரைக்கும் நான் அறிந்திராத குணாம்சங்களைக் கொண்ட மற்றொரு மனிதனின் அணைப்புக்குள் அது என்னை இட்டுச் செல்லும்... அவனோடு இணைந்து என் கணவரை ஏமாற்ற வேண்டுமென்று நான் திட்டம் தீட்டிக் கொண்டிருந்த இந்த ஆண் யார்?

படுக்கைக்குச் சென்று நான் போர்வையின் கீழே சுருண்டு படுத்தேன். குளிராக இருந்தது. எனக்கு முன்னாலேயே என் கணவர் தூங்கியிருந்ததோடு குறட்டையும் விட்டுக் கொண்டிருந்தார். ஒவ்வொரு முறை அவர் சுவாசித்தபோதும்,

அவருடைய மீசை நடுங்கியது. அவரது கண்கள் தளர்ந்திருந்தன, அவற்றினிடையே இருந்த பள்ளம் சற்றே நிரவி பார்வைக்குத் தட்டுப்படாமல் இருந்தது.

எனது விரல்நுனிகளைக் கடித்தபோது நான் குளிராக வுணர்ந்தேன். கதகதப்புக்காக அவரருகே நெருங்கிப் படுத்துக்கொள்ள எண்ணினேன். எனது பாதங்களை அவருடைய வெதுவெதுப்பான கால்களுக்குக் கீழே நகர்த்த ஆரம்பித்தேன், ஆனால் பிறகு பின்வாங்கினேன். ஒரு கணம், தெளிவற்றதோர் உணர்வு என்னை அலைக்கழித்தது. எத்தனை பெரிய கோழை நான், முதன்முறையாக எனது கணவரால் பகிர்ந்துகொள்ள முடியாத பயணத்தைத் தொடங்குவதென்று நான் ரகசியமாகத் தீர்மானித்திருந்தேன் அல்லவா? அவரை விட்டு விலகினேன், என்னை விடுவித்துக்கொண்டு, ஒரு வினோதமானத் தீர்மானத்துக்கு வந்தவளாக, எனது சதித்திட்டம் குறித்து எவ்விதக் குற்றவுணர்வுமின்றி. வெகுசீக்கிரமே, அந்தக் கலகவுணர்வு மீண்டும் எனக்குள் பொங்கிப்பெருகுவதை அறிந்தேன், எனது அமைதியைக் குலைத்து, என்னை அது கடிந்து கொண்டது. ஏன் இன்னொரு ஆணை நான் வரித்துக்கொள்ளக்கூடாது? எனது வாழ்வின் மிகவும் அந்தரங்கமான உறவாக அவன் மாறுவான். வேறொரு இளமையான பெண்ணுக்காக என் கணவர் என்னை விட்டுப் பிரிந்துபோன மறுதினம் அவனை நான் சந்திப்பேன். உண்மையைச் சொன்னால், அவருக்கு - காத்திருப்பில் இருந்த - வேறொரு பெண்ணோடு போகும் எண்ணம் ஒருபோதும் இருந்ததில்லை, ஏனென்றால் எப்போது விரும்பினாலும் அவரால் ஒரு பெண்ணைத் தேர்ந்தெடுத்துக் கொள்ளவியலும். அவருக்கென்றே நிறைய பெண்கள் அங்கு இருந்தார்கள், ஒரு சமிக்ஞைக்குக் காத்திருப்பவர்களாக. ஆனால் நானோ, தனக்கும் ஓர் ஆணுக்குமிடையே ஒரு பாலத்தை உருவாக்கிட நீண்டகாலம் காத்திருக்கக்கூடிய பெண்ணாயிருந்தேன், தனது தேர்வுகளில் மிகவும் கவனமாயிருந்த பெண்ணாக, எந்தச் செயல்களிலும் அவசரம் காட்டாதவளாக, ஓர் ஆணுக்காகப் பிச்சை எடுக்காதவளாக.

இந்தப்புள்ளியில் நான் நிறுத்தினேன், ஆச்சரியத்தோடு. அவரது ஆசைகள் தீர்ந்தபிறகு யாரைக்கொண்டு என் கணவரை நான் ஈடுசெய்வேன்? இந்த மனிதனோடு என்ன மாதிரியான உறவை வளர்த்துக்கொள்ளும் திறன் எனக்கிருந்தது? மேலும்

இந்த உறவை என் கணவரால் கண்டுபிடிக்க முடியாதென்று என்னால் உறுதிபடச் சொல்லவியலுமா?

மீண்டும் நான் அவரைப் பார்த்தேன். இந்த மனிதர், உறங்கிக்கொண்டிருந்தார், தலையணையில் தலையை வைத்து, தனது தினசரி கடுமுயற்சிகளில் இருந்து மீள்பவராக. நான் என்ன நினைக்கிறேன் என்பதைப் பற்றி அவர் கனவு காண்பாரா என்ன?

என்னைப்பற்றி? என்ன மாதிரியான முட்டாள்தனம் எனக்குள் நுழைந்திருந்தது? இதுபோன்ற சோம்பலான பேசசையெல்லாம் எண்ணி நான் வெட்கப்பட வேண்டாமா - அதுவும் தனது நாற்பத்து-ஐந்தாவது பிறந்தநாளுக்கு விடைதந்திருக்கும் ஒரு பெண்ணாக?

காலைப்பொழுதில், முந்தையநாளின் முடிவுறாத அந்த விவாதத்தைத் திரும்பிப்பார்க்கும் உந்துதலை நானுணர்ந்தேன். என்னுடைய தீர்மானம் என் மனதைச் சவாலுக்கு அழைத்தது, எனது உள்ளுணர்வையும்.

தற்செயலாகவோ அல்லது தேவையின் பொருட்டோ என்னோடு தொடர்புறுத்தப்பட்ட மற்ற ஆண்களின் பெயர்களை மதிப்பிட்டுப் பார்த்தேன். என் கணவரின் எண்ணற்ற ஆண் நண்பர்களின் பெயர்களையும் நான் மீளநோக்கினேன். ஏனதை நான் செய்யக்கூடாது? அனேகமாக அவரும் எனது பெண்தோழிகளில் ஒருத்தியோடு ஏதேனும் ஒரு வகையிலான சாகசப்பயணத்தில் ஈடுபட்டிருக்கலாம். ஆனால் அவற்றுள் எனது ஆத்மா வேண்டிய ஒரு முகத்தைக்கூட என்னால் கண்டுபிடிக்க முடியவில்லை, மேலும் எனக்குள் அதிர்ந்தவாறிருந்த பெருவிருப்பத்தின் மணியிழையைத் தீண்டவும் யாருக்கும் இயலவுமில்லை.

நான் மிகவும் அமைதியானேன், ஆனாலும் எனது மனம் விரைந்தோடிக் கொண்டிருந்தது. கலகத்தில் ஈடுபடும் உணர்வு தொடர்ச்சியாக எனக்குள் நீடித்திருந்தது. சலிப்பினால் நான் இயக்கப்பட்டேன், ஓர் அறையிலிருந்து மற்றொரு அறைக்குத் துரத்தப்பட்டேன், அலமாரியிலிருந்து இழுப்பறைக்கு. நான் செய்வதெற்கென ஏதேனுமொன்றைத் தேடினேன். ஒழுங்குபடுத்தவேண்டிய அல்லது தூசுதட்டக்கூடிய பொருட்கள் யாவும் சட்டென்று கச்சிதமான ஒழுங்கில் இருப்பதாகத் தோன்றியது. என்னைச் சூழ்ந்திருந்த யாவையும்

நான் வெறுத்தேன். வீடும் என்னைப் புறக்கணித்தது. நான் வெளியே செல்லத் தீர்மானித்தேன்.

குழப்பமான ஒரு மனநிலையோடு நான் மகிழுந்தில் ஏறினேன். முந்தைய மாலையில் நான் அணிந்திருந்த கனமான ஒப்பனையின் சுவடுகள் இன்னும் என் முகத்தில் வெளிப்படையாகத் தெரிந்தன, சுருக்கங்களை நிறைப்பவையாக.

சூரியன் தகித்தது, என்னுடைய முகத்தை எரிப்பதுபோல. எனது முகக்களிம்பின் எண்ணெயையும் தங்கநிறக் கண் அலங்காரத்தையும் அது உருக்குவதாக உணர்ந்தேன்.

என்னை நான் பொறுப்பற்றவளாக உணர்ந்தேன். ஏதேனும் ஒரு வகையிலான சாகசப்பயணத்தைத் தேடியவாறிருந்த பெண்மணி நான், ஏதோவொரு அற்பமான கனவை. எனது நம்பிக்கையையும் அமைதியையும் மீட்டெடுக்கும் ஏதோவொன்றை என்னுடைய ஆன்மாவுக்குள்ளாகத் தேடினேன், ஆனால் எதையும் என்னால் கண்டுபிடிக்க முடியவில்லை. எனது தோல்வியின் கடுப்பை வண்டியின் வாயு மிதிக்கட்டையின் மீது வெளிப்படுத்தினேன். மகிழுந்து பறந்தது, அனைத்தையும் புறக்கணிப்பதாக, சிவப்பு விளக்குகளைக் கூட.

மத்திய சந்தைக்களத்தில் சென்று நிறுத்தினேன். தற்செயலாக எனது கண்கள் ஒரு முகத்தைக் கண்டன. அதனிடம் இருந்து நான் விலகினேன். நான் விரும்பிய முகம் அதுவல்ல, தற்செயலாகப் பார்ப்பதற்குக் கூட. எனது பார்வை வேறு பலரின் மீதும் படர்ந்தது. ஆனால் அந்த முகங்கள் யாவும் சாதாரணமானவை. ஓர் ஆணைத் தேடிய பெண்ணின் ஆன்மாவுக்குள் எதையும் அவை தூண்டவில்லை. அவனைப் பற்றிய விவரணைகளை அந்தப் பெண்ணாலும் கூடத் தரமுடியாத ஓர் ஆண்மகன்.

சந்தைக்குள் விரைந்தபோது, ஒரு பெண்ணின் மீது மோதி மன்னிப்பு கேட்பதற்காக நான் நின்றேன். ஓ, இந்த முகம்! *ஏற்கனவே இதை நான் பார்த்திருக்கிறேனா? எங்கே பார்த்தேன்?* அந்த முகத்தை நான் ஆர்வத்தோடு வெறித்துப்பார்த்தேன், அந்தப் பெண்மணியின் கவனத்தை ஈர்ப்பதாக.

உண்மையாகவே நான் இந்த முகத்தை அறிவேனா?

கிட்டத்தட்ட ஐம்பது வயதான இந்தப் பெண்ணை முன்னமே சந்தித்திருப்பதாக நான் உறுதியாக நம்பினேன். அவளுடைய

முகம் பரிச்சயமானதாகத் தெரிந்தது. அடக்கடவுளே! கோபமும் ஆச்சரியமும் கலந்த பார்வையோடு அந்தப் பெண்மணி என்னைப் பார்த்தாள். அவள் நகர்ந்து சென்றாள், ஆனால் அவளுடைய முகம் எனது நினைவுகளில் நிழலாடியது.

சந்தைக்குள் நான் சுற்றித்திரிந்தேன், எனக்குத் தேவையில்லாத அத்தனை வகைச் சங்கதிகளையும் தூக்கிச் சுமப்பவளாக, எனது மனம் வேறெங்கோ இருந்தது. எங்கு நான் அவளைப் பார்த்திருக்கிறேன்?

திடீரென்று ஒரு பெண்ணின் புகைப்படத்தை நான் நினைவுகூர்ந்தேன். என் மகன் - அவன் வெளிநாட்டில் படித்து வந்தான் - எனக்கு அனுப்பக்கூடியக் கடிதங்களுள் ஒன்றோடு சேர்ந்து அதுவும் வந்திருந்தது, தன்னைப் பற்றியத் தகவல்களை அவற்றின் மூலம் என்னிடம் அவன் பகிர்ந்து கொள்வான், பெண்களுடனான அவனுடைய அனுபவங்களைப் பற்றியும். கடிதம் இப்படிச் சொன்னது:

"தயவுசெய்து, அம்மா, கோபப்படாதே. மறக்கவேயிலாத ஓரிரவை ஒரு நடுத்தர வயதுப் பெண்ணோடு நான் கழித்தேன். ஒரு சின்னப்பெண்ணைப் போலக் கொண்டாட்டமாயிருப்பதை அவள் விரும்பினாள், அவளுடைய இளமையின் நாட்கள் முடிந்து வெகுகாலங்கள் ஆகிவிட்டன என்றாலும் கூட. ஒவ்வொரு வருடமும் இந்தப் பருவத்தின்போது மலர்களின் திருவிழாவைக் கொண்டாடும் ஒரு தொலைதூர நகருக்கு நான் தொடர்வண்டியில் போய்க்கொண்டிருந்தேன். அங்கிருக்கும் மனிதர்கள் மலர்களை நேசிக்கிறார்கள், அம்மா, ஆகவே அவற்றை ஒரு திருவிழாவாகக் கொண்டாடுகிறார்கள். மலர்களின் மீது எனக்கு எத்தனை விருப்பமென்பது உனக்குத் தெரியும்தானே, உடன் 'அழகுகளின்' மீதும்."

"இந்தப் பெண்மணி எனக்கருகே அமர்ந்திருந்தாள். தனது இளமைக்காலங்களைப் பற்றி அவள் என்னிடம் உரையாடினாள். நேர்மையாகச் சொல்வதெனில், அவள் அனேகமும் சிறுபிள்ளைத்தனமாக இருந்தாலும், அவள் சொன்ன சங்கதிகள் ஆச்சரியமூட்டுபவையாக இருந்தன, குறிப்பாகத் தன்னுடைய திருமணம் குறித்து என்னிடம் அவள் சொன்னபோது, கூடவே அவள் கணவனைப் பற்றியும், அவனுடனான மோசமானத் திருமண வாழ்க்கை பற்றியும். அந்த நீண்ட பயணத்தை நிஜமாகவே அவள் என்னை மறக்கச்செய்தாள். அதன்பிறகு திரும்பிச்செல்லும் எனது

தொடர்வண்டியின் புறப்பாட்டு நேரத்தையும் அவள் என்னை மறக்கச்செய்தாள். அதன்பிறகு அன்றைய இரவைத் தன்னுடன் கழிக்க எனக்கு அழைப்பு விடுத்தாள்."

"நான் குடிப்பது வழக்கம்தான், ஆனால் அவளோடு சேர்ந்து வழக்கத்துக்கு மாறாக நான் அதிகமாகக் குடித்தேன். எனக்கு போதை தலைக்கேறியது, அத்தோடு அந்தப் பெண்மணியும் குடித்தாள், தன்னுடைய நிதானத்தை அவளும் இழந்திருந்தாள். திடீரென்று, ஒரு பழங்காலக் கம்பளியின் மீதிருந்த ஒரு தளர்வான உடலை, நான் அணைத்திருந்ததை உணர்ந்தேன். தொடர்வண்டியில் வந்தபோது இந்தக் கம்பளியைப் பற்றி அவள் என்னிடம் சொல்லியிருந்தாள், அதற்கென அவள் செலவழித்தத் தொகையை அழுத்திச் சொன்னதோடு எவ்வாறு அதை வாங்குவதற்கு மற்றவர்களோடு தான் போட்டியிட நேர்ந்ததென்பதையும் விளக்கினாள். எனக்கு முன்பு எத்தனை ஆண்கள் இந்தக் கம்பளியின் மீது படுத்துறங்கினார்களென்பதை நானறிய மாட்டேன். எப்படியாகிலும், எனது கடமையைச் செய்தேன். எனக்குச் சிறிது ஓய்வு கிடைத்தபோது, சங்கதிகள் மீண்டும் எனக்குள் மேலெழுந்து வரத் தொடங்கின. நான் அசிங்கமாக உணர்ந்தேன்: அவளின் உடல் வியர்வையில் நனைந்திருக்க மூட்டுப்பகுதிகள் வற்றி சதைப்பற்றில்லாமல் இருந்தன, மேலும் ஒப்பனைப்பொருட்களால் தீண்டமுடியாத அவளுடைய உடலின் சில அங்கங்களில் இருந்து முதுமையின் வாசனை வீசிக்கொண்டிருந்தது. ஒரு தரிசுநிலத்துக்கு நான் நீர் பாய்ச்சியிருந்தேன். என்னை நானே கேட்டுக்கொண்டேன், 'இந்த முதிய பெண் எந்தவொரு ஆணையும் தொட்டு எத்தனை காலம் ஆகியிருக்கும்?' எவ்வகையிலும், அதுவொரு அனுபவம் மட்டுமே. தொடருந்து நிலையத்தில் என்னை இறக்கிவிட்டபோது, தனது புகைப்படத்தை என்னிடம் தருவதில் அவள் குறிப்பாயிருந்தாள், புன்னகையோடு இதைச் சொன்னாள், 'ஒருவேளை என்னை நீ நினைவில் வைத்திருந்து, விரைவில் என்னிடம் திரும்பி வரலாம்.' ஆகவே அவளை நினைவில் வைத்திருக்கக்கூடாது என்பதற்காக, அவளின் புகைப்படத்தை நான் உனக்கு அனுப்புகிறேன்."

ஓ... அவளின் புகைப்படம்... நான் திரும்பி நடந்தேன், என் மீது மோதிக்கொண்ட பெண்ணின் முகத்தைத் தேடியபடி. அவளை நான் கண்டுபிடிக்கவில்லை. அந்த புகைப்படம் எனது சிந்தனையை அச்சுறுத்திய அதேவேளையில் ஆத்திரம் என்னுடைய மார்புக்குள் ஊற்றெடுப்பதை நான் உணர்ந்தேன்.

மத்திய சந்தைக்களத்தை விட்டு விரைந்து வெளியேறி நடுங்கியவாறிருந்த எனது உடலை மகிழுந்துக்குள் வீசியெறிந்தேன், கிட்டத்தட்ட உலைக்களம் போல அது கொதித்துக் கொண்டிருந்தது. எனது பாதத்தை பதற்றத்தோடு வாயு மிதிக்கட்டையின் மேல் வைத்தேன். என்னைப் பற்றியக் காட்சிகள், என்னுடைய உடல் குறித்த நுண்ணிய தகவல்கள் உட்பட, எனது மனதுக்குள் அலையாடின. வண்டியின் பின்காட்டிக் கண்ணாடியில் நானொரு மகிழுந்தைப் பார்த்தேன். அதற்குள் ஒரு பழகிய முகம் தென்பட்டது. நான் வேகத்தைக் குறைத்தேன். நான் விலகிச்சென்ற சமயத்தில், மெல்ல அந்தப் பெண்மணியின் முகத்தை நான் மறந்தேன்... அதன் கூடவே, அந்த புகைப்படத்தையும்.

◆◆◆

நகீப் மெஹ்ஃபூஸ் (Naqib Mehfuz) (1911 - 2006)

எகிப்தைச் சேர்ந்த புகழ்பெற்ற எழுத்தாளரான நகீப் மெஹ்ஃபூஸ் 1988ஆம் ஆண்டு இலக்கியத்துக்கான நோபல் பரிசு பெற்றவர். 1911ஆம் ஆண்டு கெய்ரோவில் பிறந்த மெஹ்ஃபூஸ் பதினேழு வயதில் எழுதத் தொடங்கியவர். எழுபதாண்டு கால இலக்கிய வாழ்வில் 35 நாவல்கள், 350-க்கும் மேற்பட்ட சிறுகதைகள், 7 நாடகங்கள், 26 திரைக்கதை ஆக்கங்கள் மற்றும் செய்தித்தாள்களுக்கான எண்ணற்ற பத்திகள் என எகிப்திய நவீன இலக்கியத்துக்கு நகீப் மெஹ்ஃபூஸ் ஆற்றியுள்ள கொடை அளப்பரியது. அவருடைய கதைகள் அனேகமும் யதார்த்தத்தளத்தில் நிகழ்ந்தாலும் இருத்தலியல் சிக்கல்களையும் உள்ளடக்கியவை. இருபதாம் நூற்றாண்டில் எகிப்தில் நிகழ்ந்த முன்னேற்றங்களையும் மாற்றங்களையும் எந்தச் சமரசமுமின்றி தனது எழுத்துகளில் அவர் பதிவுசெய்திருக்கிறார். பொதுவுடமைவாதம், ஒருபாலினச் சேர்க்கை, கடவுள் சார்ந்த கோட்பாடுகள் என எகிப்தில் அவருடைய எழுத்துகள் அரசியல்ரீதியாக நிறைய விவாதங்களை உருவாக்கின. 1994இல் மெஹ்ஃபூஸைக் கொல்வதற்கான முயற்சி தோல்வியில் முடிந்தது. அதன் பிறகு மரணம் வரைக்கும் நகீப் மெஹ்ஃபூஸ் காவல்துறை பாதுகாப்போடுதான் வாழ்ந்தார். The Cairo Trilogy மற்றும் Children of Gebelawi அவருடைய முக்கியமான நாவல்களாகும்.

அறை எண் 12

விடுதி மேலாளர் நினைவுகூருகிறார், ஒருபோதும் அவரால் மறக்கமுடியாத ஒரு புகைப்படம்போல, எவ்வாறு ஒருநாள் வெறுமனே இருபத்து-நான்கு மணிநேரத்துக்கு ஓர் அறையை எடுப்பதற்கு ஒரு பெண்மணி வந்திருந்தாளென்பதை. நேரம் துல்லியமாகக் காலை பத்து மணி. எதிர்பாலினத்தைச் சேர்ந்த அசரடிக்கும் பெண்ணொருத்தி தன்னை நோக்கி வரும் காட்சி, எவ்விதத் துணையுமின்றி, அவளை நோக்கி அவரை வெறித்துப் பார்க்க வைத்தது, உட்கிளர்ச்சியுற்றவராக. அதற்கீடான மறக்கமுடியாத சங்கதி: அதீதவசீகரமும் ஆற்றலுமுள்ள பெண்ணாகத் தோன்றினாள் -அவளுடைய உடலமைப்பின் தீர்க்கத்தில் அது வெளிப்படையாகத் தெரிந்தது, குணநலன்களின் நேர்த்தியிலும், உடன் அவளது பார்வைக்கூர்மையிலும். முன்மேசைக்கு முன்பாகத் தாமதித்தபோது அவள் நேர்க்குத்தாக நின்றிருந்தாள், சிவப்புநிற அங்கியிலும் வெண்ணிறத் தொப்பியோடும். தனிப்பட்ட அடையாள அட்டை ஏதும் அவளிடத்தில் இல்லை, மேலும் அவளுக்கு எந்த வேலையுமில்லை அல்லது திருமணமும் ஆகவில்லை. அனேகமாக அவளுக்கு விவாகரத்து நிகழ்ந்திருக்கலாம் அல்லது கைம்பெண்ணாயிருக்கலாம். அவளது பெயர் பாஹிகா அல்-தகாபி, கழிமுகப்பகுதியைச் சேர்ந்த மன்சூராவில் இருந்து வந்திருந்தாள். வேண்டிய தகவல்களனைத்தையும் அம்மனிதர் பதிவு செய்தார், விடுதிச் சிற்றாள் ஒருவனை அவளிடம்

சுட்டுவதற்கு முன்பு. சிற்றாள் அவளுக்கு முன்னால் நடந்து சென்றான், அவளது பையைச் சுமந்தவாறு - அவனுக்குப் பழக்கமானவற்றைக் காட்டிலும் சற்றுக் கனமானவொன்று, அந்தச் சிறிய விடுதியிலிருந்த அறை எண் பனிரெண்டுக்கு அவளை அழைத்துச் செல்பவனாக.

அரைமணி நேரத்துக்குப் பிறகு சிற்றாள் திரும்பினான், முகத்தில் ஆச்சரியம் ததும்பும் பார்வையோடு. என்ன நடந்ததென்று மேலாளர் அவனிடம் விசாரித்தபோது, அவன் பதிலளித்தான், "அவளொரு விசித்திரமான பெண்மணி."

"நீ என்ன சொல்கிறாய்?" மேலாளர் அதிசயித்தார்.

அந்தி கவிழும்வரைக்கும் பஞ்சுறை, போர்வையோடு, படுக்கைவிரிப்புகளையும் கழற்றி அறையின் மூலையில் வைக்கும்படி அவள் தன்னிடம் சொன்னதாகச் சிற்றாள் கூறினான். படுக்கையைப் பொருத்தமட்டில், ஒட்டுமொத்தமாக அதை அறைக்கு வெளியே நகர்த்தி விடவேண்டுமென அவள் கேட்டுக்கொண்டாள், ஓர் ஆணை மறைக்குமளவுக்குப் போதுமான இடம் தனக்குக்கீழே இருக்கும்போது தன்னால் நீண்டநேரம் உறங்க முடியாதெனும் சாக்குப்போக்கோடு. அவளது அச்சம் அர்த்தமற்றதென்று அவன் சொன்னான், அந்த விடுதி ஆரம்பித்த காலந்தொட்டு எந்த அசம்பாவிதமும் அவ்வாறு நிகழ்ந்ததில்லை என்பதையும். ஆனாலும் அவள் வலியுறுத்தினாள், ஆகவே அவளுடைய விருப்பத்திற்கு அவன் அடிபணிந்தான்.

"உடனடியாக நீ என்னிடம் திரும்பி வந்திருக்க வேண்டும்," என்றார் மேலாளர்.

சிற்றாள் மன்னிக்க வேண்டினான், அவளுடைய வேண்டுகோள் வினோதமானதாக இருந்தாலும், அவ்விடுதி நிறைவேற்ற வேண்டிய கடமைகளில் எதையும் மீறுவதாக அது இல்லை என்றான். பிறகு தனது கதையை அவன் தொடர்ந்தான், அவளது உடுப்புப்பெட்டியின் கதவுகளை அகலத் திறக்கும்படி அவனுக்கு அவள் ஆணையிட்டாள் - அவற்றைத் திறந்தே வைத்திருக்கும்படியும். உடுப்புப்பெட்டி மூடியிருந்தால் ஓர் அந்நியன் அதற்குள் ஒளிந்திருக்கலாம் என அவள் அச்சம் கொண்டிருந்ததை அவளுடைய குரலிலிருந்தே சிற்றாளால் புரிந்துகொள்ள முடிந்தது. எனவே அவளுடைய ஆணையை

தான் செயல்படுத்தியதாக - அவ்வாறு செய்தபோது புன்னகைத்தபடி இருந்ததாகவும் - அவன் சொன்னான்.

"ஆச்சரியமான சங்கதி என்னவென்றால் அவள் மிகவும் திடமானவளாகவும் தைரியமிக்கவளாகவும் தோன்றினாள்," மேலாளர் கருத்துரைத்தார்.

சற்றே கூடுதலான நேரம் அவர் யோசித்தார், பிறகு கேட்டார், "இனாமாக எதையும் அவள் வீசியெறிந்தாளா என்ன?"

"முழுமையாக அரை பவுண்டு," சிற்றாள் பீற்றிக்கொண்டான்.

"நிச்சயம் அவள் இயல்பானவள் அல்ல, ஆனால் அதனால் எந்தப் பாதகமுமில்லை," மேலாளர் பதிலளித்தார்.

"சலவையகத்துக்குப் போகும் வழியில் பூட்டியிருந்த அவளின் அறையை நான் கடந்து போனேன், அப்போது உள்ளேயொரு குரல் மிகவும் கொந்தளிப்பாகப் பேசுவதைக் கேட்டேன்," என்றான் சிற்றாள்.

"ஆனால் அவள் தனியாகத்தானே இருக்கிறாள்?"

"என்றாலும், அவள் கோபமாகப் பேசிக்கொண்டிருந்தாள், அவளது குரலும் கூட உயர்ந்தவாறிருந்தது."

"நிறைய மனிதர்கள் அதைச் செய்வார்கள்," என்றார் மேலாளர். "வெறுமனே தனக்குத்தானே பேசுகிறாய் என்பதற்காக நீ பைத்தியமென்று அர்த்தமில்லை."

ஏதும் சொல்லாமல் சிற்றாள் தனது தலையை ஆட்டினான், ஆகவே மேலாளர் அவனைக் கேட்டார், "அவள் என்ன பேசினாளென்பதில் எதையும் உன்னால் புரிந்துகொள்ள முடிந்ததா?"

"இல்லை, ஒரேயொரு வெளிப்பாட்டைத் தவிர: 'அதுவொன்றும் முக்கியமில்லை.'"

தங்களின் உரையாடலை முடித்துக்கொள்ள விரும்புபவரைப்போல மேலாளர் தீர்க்கமாகச் சைகை செய்தார். பிறகு, பதிவேட்டில் அவர் எழுதிய சமயத்தில், சிற்றாளிடம் அவர் மேலும் கூறினார், "எப்போதையும் விட அதிக விழிப்புணர்வோடு இரு - சொல்லப்போனால், அது நமது கடமையும் கூட."

இடி இடித்தது, சாளரத்தின் வழியாக மேலாளர் வானத்தைப் பார்த்தபோது மேகங்களால் அது மிக அடர்த்தியாக மூடப்பட்டிருப்பதைக் கண்டார். பருவநிலை மிகவும் குளிராயிருந்தது, அவ்வப்போது பெய்த மழைத்தாரைகளோடு. துல்லியமாக மதியம் ஒரு மணிக்கு, அறை எண் பனிரெண்டிலிருந்து அந்தப் பெண்மணி தொலைபேசியில் அழைத்தாள்.

"நான் மதியவுணவைக் கொண்டுவரப் பணிக்கலாமா?" அவள் விசாரித்தாள்.

"விடுதியில் உணவில்லை, ஆனால் இங்கு அருகாமையில் ஓர் உணவகம் உள்ளது," மேலாளர் அவளிடம் சொன்னார். "உங்களுக்கு என்ன பிடிக்கும், மேடம்?"

"கலவைக் காய்கறிகளும் கோழிக்கறியும்," அவள் பதிலளித்தாள், "உடன் சோறோடு சேர்ந்து கொத்துக்கறியும் வெங்காயங்களும், ஒரு கிலோ தரமான கெபாப், கிழக்கத்திய சாலடுகளின் ஒரு தொகுதி, இளம் ஆட்டுக்கறியோடு சேர்த்து வாட்டிய துண்டுப்பாண், மென்மையான மாவுப் பலகாரங்களுடன் இரண்டு ஆரஞ்சுகளும்."

அவள் வேண்டிய அனைத்தையும் கொண்டுவரும்படி மேலாளர் பணித்தார். என்றபோதும் அவள் கேட்ட உணவின் அளவால் அவர் திகைப்படைந்தார் - குறிப்பாக மாமிசத்தில். அது மட்டுமே கூட ஆறு பேருக்குப் போதுமானதாக இருக்கும்!

"வெறும் பயத்தால் மட்டும் அவளுக்குப் பைத்தியம் பிடித்திருக்கவில்லை - மாறாக மீதுண்ணும் உணர்வாலும் கூட," தனக்குத்தானே அவர் சொல்லிக்கொண்டார். "பெரும்பாலும் மதியநேரம் அவள் விடுதியை விட்டு நீங்கிச் செல்லக்கூடும், எனில் என்னால் அவளுடைய அறைக்குள் சென்று ஒரு பார்வை பார்க்கவியலும்."

உணவு வந்தது, ஒரு மணிநேரத்துக்குப் பிறகு தட்டத்தையும் சீனப்பீங்கானையும் எடுத்துப்போக உணவகத்திலிருந்து ஓர் ஆள் திரும்பி வந்தான். தட்டுகளைப் பார்ப்பதை மேலாளரால் தவிர்க்க முடியவில்லை - அவை யாவும் சுத்தமாகத் துடைத்து வழிக்கப்பட்டிருப்பதை அவர் கண்டார், மீதமிருந்த சில எலும்புகளும் கெட்டியான குழம்பும் தவிர்த்து. மொத்த விவகாரத்தையும் தனது மூளையிலிருந்து வெளியே வீசியெறிய அவர் தீர்மானித்தார், ஆயினும் கூட அந்தப் பெண்மணி

- வினோதமான வகையில் தோற்றமளித்ததிலும் நடந்துகொண்டதிலும் - அவளைத் துரத்தினாள், அவருடைய யோசனைகளின் மேலே தீவிரமாக அழுந்தியபடி. அவள் அழகாயிருந்ததாக அவரால் சொல்ல முடியவில்லை, என்றாலும் அவளிடம் ஒருவித விசையும் ஈர்ப்பும் இருந்தன. ஏதோவொன்று அவளைப் பற்றி அச்சுறுத்துவதாக இருந்தது, கூடவே ஆர்வத்தைத் தூண்டுவதாகவும் அடிபணியச் செய்வதாயிருந்த விசயங்களும். மேலும் அன்றுதான் அவளை அவர் முதல்முறை பார்த்தபோதும், ஒருவரின் நினைவுப்பேழையில் ஆதிகாலந்தொட்டு தங்களைப் பதித்துக்கொண்ட முகங்களால் மட்டுமே வரக்கூடிய பரிச்சயவுணர்வை அவள் விட்டுச் சென்றிருந்தாள்.

ஓர் ஆணும் பெண்ணும் தன்னை நோக்கி வருவதை அவர் பார்த்தார். “திருமதி பாஹிகா அல்-தகாபி இங்கு தங்கியிருக்கிறாரா?” அந்த ஆண் விசாரித்தான்.

விடுதி மேலாளர் ஆமோதிப்பாகப் பதிலளித்தார், பிறகு பார்வையாளர்களைத் தனது அறைக்கு மேலேறி வர அந்தப் பெண் அனுமதிப்பாளா என்றறியத் தொலைபேசியில் அழைத்தார். வெளிப்படையாகவே, இம்மனிதர்கள் மேல்தட்டு வர்க்கத்தைச் சார்ந்தவர்கள், குறைந்தபட்சம் பொருட்செல்வத்தின் அடிப்படையில். காற்று பயங்கரமாக வீசியது, விடுதியிலிருந்த சிறிய முற்றத்தின் சரவிளக்குகளை நடனமாடச் செய்வதாக. பிறகு சீக்கிரமே வேறு எட்டு மனிதர்கள் வந்தார்கள் - நான்கு ஆண்களும் நான்கு பெண்களும் - அதே கேள்வியை மீண்டும் கேட்டார்கள்.

“திருமதி பாஹிகா அல்-தகாபி இங்கு தங்கியிருக்கிறாரா?”

விருந்தாளியின் அனுமதியைப் பெறுவதற்காக மேலாளர் மீண்டும் தொலைபேசியில் அழைத்தார். அது கிட்டியபிறகு, அந்தக்குழு கம்பீரமாகப் படிகளில் ஏறிச்சென்றனர் - அவர்களும் அதே உயர்ந்த கூட்டத்தைச் சேர்ந்தவர்கள்தான், அவர்களுக்கு முன்பு வந்த இணையைப்போல - அறை எண் பனிரெண்டுக்கு. ஒட்டுமொத்தமாகப் பத்து விருந்தினர் வந்திருந்தனர் - அனேகமாக ஒரே குடும்பத்தின் உறவினர்கள், அல்லது நண்பர்கள், அல்லது நண்பர்களும் உறவினர்களும் சேர்ந்து. எது எப்படியிருந்தாலும், திருமதி பாஹிகா ஒரு சாதாரண பெண்மணி கிடையாதென்பதில் எந்தச் சந்தேகமும் இல்லை.

“ஏன் அவள் நமது விடுதியைத் தேர்ந்தெடுத்தாள்?” அவர் ஆச்சரியப்பட்டார்.

வேலையாட்கள் தேநீர்க்கோப்பைகளை மேலே எடுத்துப்போக கட்டிடத்தின் அருந்தகத்தில் ஒரு சுறுசுறுப்பு பரவத் தொடங்கியது, மேலும் இரண்டாவது குழுவில் வந்த சில முகங்களை முன்னரே தான் பார்த்திருப்பதாகவும் மேலாளருக்குத் தோன்றியது. ஆனால் பாஹிகா அல்-தகாபி குறித்த எந்த யோசனைகளையும் தனது மூளையை விட்டு துடைத்தெறிவதே சிறந்த விசயமாயிருக்கும் என தனக்குத்தானே அவர் சொல்லிக்கொண்டார். நாளைய தினத்தில் அந்த எளிய விடுதியை நிறைக்கும் நூற்றுக்கணக்கான தொலைந்த நினைவுகளில் ஒன்றாக அவளும் மாறிப்போவாள்.

பிறகு தனக்கு முன்னால் ஐம்பது வயதிருக்கக்கூடிய பெண்ணை அவர் பார்த்தார், நிதானத்திலும் நடைநயத்திலும் உச்சத்தைப் பெற்றிருந்தவளாக. “திருமதி பாஹிகா அல்-தகாபி இருக்கிறாரா?”

அவர் ஆம் என்றபோது, அவள் அவரிடம் சொன்னாள், “அவளிடம் சொல்லுங்கள், தயைகூர்ந்து, பெண் மருத்துவர் வந்திருப்பதை.”

அவர் சீமாட்டியைத் தொடர்புகொள்ள, மருத்துவர் மேலே வரலாமென்று அவளும் சொன்னாள். பிறகு தன்னிடமிருந்து அவள் கிளம்பிப்போவதற்கு முன்னால் தனக்குள் உண்டான தீராத ஆவலுக்குத் தன்னை ஒப்புக்கொடுத்து அவர் அவளிடம் கேட்டார், “உங்களுடைய தனித்துறைப்பாடு என்ன, டாக்டர்?”

”மகப்பேறியல்,” அந்தப் பெண்மணி பதிலளித்தாள்.

தனது துறைசார்ந்த பெயரின் மூலமே தன்னை அவள் அறிமுகம் செய்துகொண்டாள் என்பதை அவர் கவனித்தார், ஆனால் பெயரைச் சொல்லாமல். *அதன் அடிப்படையில்தான் அந்தப் பெண்மணியை இவள் சந்திக்கிறாளா? பெண்மைசார்ந்த சங்கதிகளால் பாஹிகா அல்-தகாபி பாதிக்கப்பட்டிருக்கிறாளா? அவள் கர்ப்பமாக இருக்கிறாளா?* என்றாலும் மொத்தக் கவனத்தையும் தன்னுடைய எண்ணங்களின் மீது அவர் செலுத்துவதற்கு முன்பாகக் கடுகடுத்த முகத்தோடு ஒரு குட்டையான, குண்டு மனிதன் உள்ளே நடைபோட்டு வந்தான், ஒப்பந்ததாரர் யூசுஃப் காபில் எனத் தன்னை அறிமுகம் செய்தபடி. அடிக்கடி கேட்கப்பட்ட கேள்வியையே

அவனும் முன்வைத்தான், "திருமதி பாஹிகா அல்-தகாபி இங்கிருக்கிறாரா?"

மேலே அவளின் அறைக்கு ஒப்பந்ததாரர் செல்வதற்காக விடுதி மேலாளர் அழைத்து அனுமதி வாங்கிய பிற்பாடு, குழப்பமும் கேலியும் நிரம்பிய புன்னகையோடு அம்மனிதனுக்கு அவர் விடைதந்தார். அதே சமயம், சிற்றாள்களில் ஒருவன் வெளியே சுற்றிவிட்டுத் திரும்பினான், குளிரின் காரணமாக அவனது அடர்த்தியான, நாட்டுப்புற *காலபியாவுக்குள்* நடுங்கியபடியே. இருட்டு, வானத்தின் நான்கு முனைகளிலும் கூடிவருவதாக அவன் சொன்னான், அந்தப் பகல்பொழுது சீக்கிரமே இரவாக மாறப்போகிறதென்பதையும். மேலாளர் மறுபடியும் சாளரத்தின் வழியாக வெளியே பார்த்தார், ஆனால் உண்மையில் அவர் அறை எண் பனிரெண்டில் இருந்த பெண்ணைப் பற்றி யோசித்தவாறிருந்தார் - ஓர் உயர்- வர்க்க சிறப்புக்குழுவோடிருந்த மர்மமான அந்தக் கனவுக்கன்னியைப் பற்றி. அவளது வருகைக்குப் பிறகு அமைதியின்மையும் அசௌகரியமும் கலந்த ஒரு நீரோட்டம் விடுதி முழுக்கப் பரவியிருப்பதாக அவர் உணரத் தொடங்கினார். அவரது சுயத்தை அது ஊடுருவி, வளம்பொருந்திய, உலகார்ந்த தொழில்களால் ஆன மங்கலான ஒரு ஜோதி குறித்த அவருடைய இளமைக்காலக் கனவுகளையும் தட்டியெழுப்பியது.

"திருமதி பாஹிகா அல்-தகாபி இங்கிருக்கிறாரா?" என்று வினவிய ஒரு குரலால் தனது பகற்கனவில் இருந்து அவர் பிடுங்கியெறியப்பட்டார்.

நீளமான ஜுப்பாவும் கஃப்தானும் சுற்றிக்கட்டிய ஓர் அகலமான மனிதன் தனக்கு முன்னாலிருப்பதை அவர் கண்டுகொண்டார், அவனுடைய தலையின் மீது தர்பூஷ் பின்புறமாகத் திரும்பியிருக்க, அவனது கரம் ஒரு பழுப்புநிறக்குடையை இறுகப் பற்றியிருந்தது. "பிணங்களைக் கழுவும் குருட்டு சையத் வந்திருப்பதாக அவரிடம் சொல்லுங்கள்."

அவரது மார்பு உணர்ச்சிவேகத்தில் துடிக்க, மேலாளர் தன்னுடைய பல்லைக் கடித்தார், அம்மனிதனையும் மற்ற பெண்மணியையும் ஒருசேர சபித்தபடி - ஆனால் அவளை அழைத்ததன் மூலம் அவர் தனது கடமையைச் செய்தார். முதன்முறையாக, அவருக்கு முரண்பாடான மறுமொழி கிடைத்தது.

“தயைகூர்ந்து வரவேற்புக்கூடத்தில் காத்திருங்கள், ஐயா,” வெட்டியானிடம் அவர் சொன்னார்.

இங்கு என்ன செய்வதற்காக இவன் வந்திருக்கிறான்? ஏன் இவன் வெளியில் காத்திருக்கக்கூடாது? ஐம்பது வருடங்களாக மேலாளர் அந்த விடுதியில் வேலை பார்க்கிறார், ஆனால் அன்றைய தினம் நிகழ்ந்து கொண்டிருந்ததுபோல ஒருபோதும் நிகழ்ந்து அவர் பார்த்ததில்லை. மிகுந்த விசையோடு பிரவாகமாய் மழை பொழியத் தொடங்கலாமென அவர் பீதியடைந்தார், எத்தனை காலத்துக்கு இங்கே விடுதிக்குள் அவர்களனைவரையும் அடைத்திருக்குமென்று யாருக்குமே தெரியாத அளவுக்கு - அதுவும் இந்த மரணத்தின் தூதுவனோடு!

புதிய பார்வையாளர்கள் வருகை புரிந்தார்கள். அவர்கள் தனித்தனியாகத்தான் வந்தார்கள், ஆனால் ஒருவர் பின் ஒருவராக: அறைகலன் அங்காடியின் முதலாளி, மளிகைக்கடைக்காரன், கரும்புச்சாறு விற்பவன், அலங்காரப்பொருட்களும் வாசனைதிரவியங்களும் விற்கும் கடை உரிமையாளன், வருவாய்த்துறையைச் சேர்ந்த உயரதிகாரி, நன்கு பிரபலமான செய்தித்தாளின் பதிப்பாளர், ஒட்டுமொத்த மீன்விற்பனையாளன், சாமான்களுடன் கூடிய அடுக்ககங்களுக்கான தரகன், அறபுக் கோடீஸ்வரனின் முகவர். அந்தப் பெண்மணி தனது சந்திப்புகளைக் கீழே கூடத்துக்கு நகர்த்துவாளென்று மேலாளர் நினைத்தார், ஆனால் அதற்கு மாறாக அவர்கள் மேலே வர அவள் அனுமதி வழங்கியவாறிருந்தாள், ஒருவர் பின் ஒருவராக. சிற்றாள்கள் அவர்களுக்கு மென்மேலும் தேநீரையும் இருக்கைகளையும் கொண்டு போனார்கள், தாங்களனைவரும் அமருமிடத்தை எப்படி அவர்கள் கண்டுபிடிப்பார்கள் என்பதையும் அந்தச் சமயத்தில் மேலாளர் யோசித்தார். இதற்கு முன்னரே அவர்களனைவரும் ஒருவரையொருவர் அறிவார்களா? மேலும், துல்லியமாக, எதுதான் தற்போது அவர்களை ஒன்றிணைத்துள்ளது? தலைமைச் சிற்றாளை அழைத்து அவனுக்கு இவ்விசயங்களைப் பற்றி என்ன தெரியுமென்று அவர் விசாரித்தார்.

“அங்கே என்ன நடக்கிறதென்பது எனக்குத் தெரியாது,” அவன் பதிலளித்தான். “நாற்காலிகளையும் தேநீரையும் உள்ளே எடுக்க கைகள் வெளியே நீள்கின்றன, பிறகு உடனடியாக கதவு மூடிக்கொள்கிறது.”

மேலாளர் தோள்களைக் குலுக்கினார். யாரும் எந்தப் புகாரும் எழுப்பாதவரைக்கும், தனக்குத்தானே அவர் சொல்லிக்கொண்டார், அவரை யாரும் குறைகூற முடியாது.

பிணங்களைக் கழுவும் குருட்டு சையத் அவரிடம் வந்தான். "நான் இங்கு காத்திருப்பதை அந்தப் பெண்மணிக்கு நினைவூட்ட விரும்புகிறேன்," என்றான்.

"தேவைப்படும் நேரத்தில் உன்னைக் கூப்பிடுவதாக அவர் உறுதியளித்திருக்கிறார்," மேலாளர் அவனிடம் சொன்னார், எந்தச் சுரத்துமின்றி.

அம்மனிதன் நகர்வதாகத் தெரியவில்லை, எனவே அவர் மீண்டும் அந்தப் பெண்ணை அழைத்தார், அவளுடைய வேண்டுகோளின் பேரில் தொலைபேசியை பிணம் எரிப்பவனிடம் தந்தார்.

"அம்மா, ஏற்கனவே பின்மதியப் பிரார்த்தனை நேரத்தைக் கடந்தாகிவிட்டது, மேலும் குளிர்காலத்தின் பகற்பொழுதுகள் மிகவும் சிறியவை," அவன் நொந்துகொண்டான்.

அவள் பேசுவதைக் கேட்டவாறு அவன் ஒருகணம் ஒலிவாங்கியிடம் குனிந்தான், பிறகு அதை மீண்டும் வைத்து விட்டு கூடத்துக்குத் திரும்பினான், சந்தேகத்துக்கிடமின்றித் தொந்தரவுற்றவனாக. இதயத்தின் ஆழத்திலிருந்து மேலாளர் அவனைச் சபித்தார். இந்தப் பிணந்தின்னிப்பிசாசை விடுதிக்குள் வரவழைத்ததற்கு அந்தப் பெண்தான் பொறுப்பு, வெறுப்போடும் அருவருப்போடும் கூடத்தின் கதவை ஓரப்பார்வை பார்த்தபோது தனக்குள் அவர் எண்ணிக்கொண்டார். அதேவேளையில், பெண்மணியின் விருந்தாளிகளில் சிலர் வெளியே போகும் வழியில் கீழிறங்கி வந்தார்கள், ஆகவே அறை எண் பனிரெண்டின் நிகழ்வுகள் குறித்த மேலாளரின் கவலைகள் சற்றே குறைந்ததாகத் தோன்றின.

"விருந்தினர்களில் சிலர் சீக்கிரமாகவும் இன்னும் சிலர் தாமதமாகவும் செல்வார்கள்; அந்திக்குள் அனைவரும் சென்றிருப்பார்கள்," தனக்குள் அவர் வலியுறுத்திக் கொண்டார்.

தன்னுடைய பொறுப்புமிக்க பதவியின் பொருட்டு அவர்களை எதிர்க்கும் நிலைக்குத் தள்ளப்படலாம் என அவர் கவலைப்படத் தொடங்கினார் - அவர்கள் ஆற்றல்மிக்க வர்க்கத்தைச்

சேர்ந்தவர்கள். வெளிப்புறம் மிகுந்த வன்மையோடு சீழ்க்கையொலி ஏற்படுத்திய காற்றோடு சாலைகளில் கவிந்திருந்த துயரவுணர்வும் சேர அவரது மனக்குழப்பம் மீண்டும் இருமடங்கானது. என்றபோதும் இத்தனை விதிவிலக்கான சூழ்நிலைகளை மீறியும், மழையங்கிகளை அணிந்திருந்த ஆண்களும் பெண்களும் நிறைந்த கூட்டம் கதவினருகே கூடுவதைப் பார்த்தார், அவரது இதயம் மார்புக்குள் அமிழ்ந்தது. இவ்வாறு கேட்டு அவர்களை அவர் ஆச்சரியத்துக்குள் ஆழ்த்தினார், "திருமதி பாஹிகா அல்-தகாபி?"

அவர்களுள் ஒருவன், சிரித்தவாறு, பதிலளித்தான், "அவரிடம் சொல்லுங்கள், தயைகூர்ந்து, பண்பாடு மீட்புக்குழுவைச் சேர்ந்த பிரதிநிதிகள் வந்து விட்டதாக."

ஆகவே அவர் அந்தப் பெண்மணியைத் தொலைபேசியில் அழைத்தார், மேலும் அவர்கள் மேலே வருவதற்கு அவள் சம்மதம் தெரிவித்தபோது அவர் அவளிடம் கெஞ்சினார், "அவர்கள் பத்து பேர் இருக்கிறார்கள், மேடம், மேலும் எத்தனை பார்வையாளர்கள் வந்தாலும் கீழிருக்கும் வரவேற்புக்கூடம் அவர்களுக்காகக் காத்திருக்கிறது."

"அறையிலேயே தாராளமான இடம் உள்ளது," அவள் சுருக்கென்று பதிலளித்தாள்.

ஆண் மற்றும் பெண் பிரதிநிதிகள் மேலேறிப்போக, ஒட்டுமொத்தக் குழப்பத்தோடு மேலாளர் தலையாட்டினார். சீக்கிரமே அல்லது தாமதமாக, அங்கு ஒரு பிரச்சினை நிகழவிருந்தது. சொர்க்கத்தின் சீற்றமோ வெளியே பொழிந்திட ஆயத்தமாயிருந்தது - அறை எண் பனிரெண்டின் விதவிதமான வினோத உயிரிகளால் தூண்டப்பட்டு. கூடத்தை நோக்கி மேலாளர் தற்செயலாகத் திரும்பும்படி ஆனது, பிணங்களைக் கழுவும் குருட்டு சையத் அங்கே தன்னை நோக்கி ஊர்ந்துவரும் காட்சியை அவர் பார்த்தார். ஆகவே மனவுளைச்சலோடு விரலின் கணுக்களால் மேசையின் மீது அவர் விசையோடு அறைந்தார், பிறகு, அவன் வாயைத் திறப்பதற்கு முன்பே அந்தப் பெண்மணியோடு அவனைத் தொலைபேசியின் வழியே நேரடியாக இணைத்தார். அவன் அவளிடம் குறைகூறுவதை மேலாளர் கவனித்தார், பிறகு அவன் தணிவதையும் கேட்டார். ஒலிவாங்கியை வெட்டியான் தானாகவே அதனிடத்தில் வைத்தான், ஆனால் மேலாளர் விலகி நடக்கத் தொடங்கியபோது அவனுக்குள்ளாக முணுமுணுத்தான்,

“செய்வதற்கு ஏதுமில்லாமல் காத்திருப்பதென்பது மிகவும் அலுப்பூட்டுவது.”

மேலாளர் மிகக் கொதிப்படைந்தார், உணவகத்தோடு இணைக்கும்படி வேண்டுகோள் விடுத்து அத்தருணத்தில் அந்தப்பெண் மட்டும் தொலைபேசியில் அழைக்காமல் போயிருந்தால் அவனை வசைபாடியிருப்பார். அவர்களுடன் அவளின் உரையாடல் சில நிமிடங்கள் நீடித்தது. அவளும் அவளுடைய விருந்தினர்களும் இரவுணவு வரைக்கும் அறையில்தான் இருப்பார்கள், அவர் தீவிரமாக யோசித்தார், எனில் அவர்கள் எங்கே இரவுணவைச் சாப்பிடுவார்கள்? இப்போது சென்று தான் அவளது அறையைச் சோதனையிட அவர் விரும்பினார்: அத்தனை கற்பனைக்கும் அப்பாற்பட்ட காட்சியாக அது இருக்கக்கூடும் - சொல்லப்போனால் ஒரு பித்துக்குளித்தனமான வேடிக்கைக்காட்சியாகவும்.

குறைவதற்கான எந்த அறிகுறியுமின்றி வெளியே மழைகொட்டுவது தொடர்ந்திட, பல்கலைக்கழக பேராசிரியர்களின் ஒரு குழுவும் மதம் சார்ந்த சில மனிதர்களும் வந்தார்கள் - தீவிரமான விவாதத்தில் அவர்கள் மூழ்கியிருந்தபடியால் மேலாளர் வெறுமனே அவர்களை மேலேறிச் செல்ல அனுமதித்தார். சூழல் இன்னுமின்னும் அச்சுறுத்துவதாக மாறிக்கொண்டிருந்தது, ஏனென்றால் முதலில் மேசைக்கு வராமலே ஒரு மர்மமான மனிதன் மேலே சென்றான். மேலாளர் அந்த ஊடுருவல் பேர்வழியை அழைத்தார் - ஆனால் அவன் அதற்குச் செவிசாய்க்கவில்லை. சிற்றாள்களுள் ஒருவன் அவனைப் பின்தொடர்ந்து சென்றான், ஆனால் அம்மனிதன் அறை எண் பனிரெண்டுக்குள் சட்டென்று நுழையக் கண்டதும் நின்றுவிட்டான். தற்போது தான் முற்றிலும் தனித்திருப்பதாக மேலாளர் உணர்ந்தார், அத்துடன் விடுதியின் மீதானத் தனது அடிப்படைக் கட்டுப்பாட்டினை இழந்துவிட்டதாகவும். தலைமை சிற்றாளை வரச்சொல்லலாமென்று எண்ணினார், ஆனால் அதற்குள் ஒரு மனிதன் தோன்றினான், வெறுமனே அவன் வந்து நின்ற காட்சியே அவருக்கு நிம்மதி தருவதாயிருந்தது. இருவரும் கைகுலுக்கியபிறகு மேலாளர் அவனிடம் சொன்னார், “சரியான நேரத்திற்குத்தான் வந்துள்ளீர்கள், மதிப்பிற்குரிய தகவல்சொல்லி, அவர்களே.”

"பதிவேட்டை என்னிடம் காட்டுங்கள்," தகவல்சொல்லி அமைதியாகக் கூறினார்.

"விசித்திரமான சம்பவங்கள் இங்கு நடந்தேறி வருகின்றன," மேலாளர் உளறினார்.

பதிவேட்டின் பெயர்களைத் தகவல்சொல்லி ஆராய்ந்த சமயத்தில் - வாசித்தவாறே அவர் குறிப்புகளும் எடுக்க - மேலாளர் கூறினார், "அறை எண் பனிரெண்டின் பொருட்டே நீங்கள் இங்கு வந்திருப்பீர்கள் என்றெண்ணுகிறேன்."

"ஹூம்?" தகவல்சொல்லி கேள்விகேட்பதைப்போல இருமினார்.

"கேடுகெட்ட நடத்தையால் அங்கு ஒரு பிரளயமே நடக்கிறது," மேலாளர் எச்சரித்தார்.

"இயற்கையில் இருக்கக்கூடிய எதுவும் இயற்கையானதாகத்தான் இருக்கமுடியும்," அவரது வார்த்தைகளை நிராகரிப்பதாகத் தகவல்சொல்லி பேசினார். பிறகு, விடைபெற்றுக்கொண்டு, அவர் சொன்னார், "யாரேனும் என்னைத் தொலைபேசியில் அழைத்தால், அறை எண் பனிரெண்டில் நான் இருப்பேன்."

மேலாளர் இன்னுமதிகமாகக் குழம்பினார் - என்றாலும் அதே நேரத்தில், விடுதியில் என்ன நிகழ்கிறதென்பது அரசின் கண்களுக்கும் காதுகளுக்கும் தெரியுமென்பதில் நிம்மதியடைந்தார். தலைமைச் சிற்றாளைத் தான் அழைக்கவிருந்தது அவருக்கு நினைவு வந்தது, குருட்டு சையத் மீண்டும் ஒருமுறைத் தன்னிடம் பதுங்கிப் பதுங்கி வருவதையும் அவர் கவனித்தார். தன்னிலை மறந்தவராக அவர் அலறினார், "மேலே வரும்படி தான் அழைக்கும்வரை உன்னை அவள் காத்திருக்கச் சொன்னாள்!"

அவரது கடிந்துரைக்கு பதிலாகத் தனக்குப் பழகிய அடிமைத்தனத்தோடு அம்மனிதன் விகாரமாக இளித்தான், பிறகு இறைஞ்சினான், "ஆனாலும் நான் வெகுநேரமாகக் காத்திருக்கிறேன்..."

"மறுபேச்சு ஏதுமின்றிக் காத்திரு - மேலும் நீயொரு விடுதியில் இருக்கிறாய் என்பதை நினைவில் கொள், ஏதோ இடுகாட்டில் அல்ல!" மேலாளர் கொந்தளித்தார்.

பாசாங்குடன் கூடிய பொறுமையோடு அம்மனிதன் திரும்பிச்சென்றான், மேலாளர் தலைமைச் சிற்றாளை அங்கு

வரவழைத்தார். "அறை எண் பனிரெண்டில் சங்கதிகள் எவ்வாறுள்ளன?" அவர் விசாரித்தார்.

"எனக்குத் தெரியாது, ஆனால் அங்கே உள்ளுக்குள் ஏராளமான அமளிதுமளியாக இருக்கிறது."

"அந்த இடத்துக்குள் எப்படி அத்தனை பேரையும் அவர்களால் திணிக்க முடிந்தது? அவர்கள் ஒருவர் மீது மற்றவர் ஏறியமர்ந்திருக்க வேண்டும்!" மேலாளர் வியப்போடு சொன்னார்.

"உங்களுக்குத் தெரிந்ததைக் காட்டிலும் அதிகமாக எனக்கு எதுவும் தெரியாது," தலைமைச் சிற்றாள் சிந்தனையில் ஆழ்ந்தார். "எவ்வாறாகிலும், அதிகாரியும் அவர்களோடு உள்ளே இருக்கிறார்."

அந்த மனிதன் விலகியபிறகு சாளரத்தின் வழியே பார்ப்பதற்காக மேலாளர் மீண்டும் சென்றார், அங்கு சூன்யவெளியின் மீது இரவு தீர்க்கமாகப் படர்ந்திருப்பதை அவர் கண்டார். விடுதி முழுக்க விளக்குகள் எரிந்தவாறிருந்தன, வெளியே பயங்கரமாக ஊளையிட்டபடி வீசிய காற்றின் ஈரப்பதத்தால் அடர்த்தியாக மாறியிருந்த சூழலின் மீது வெளிறிய பிரகாசத்தை அவை பூசின. உணவகத்தில் இருந்து பரிசாரகர்களின் ஒரு பட்டாளமே கிளம்பி வந்தார்கள், அனைத்துவகை உணவுகளையும் அள்ளிக்கொட்டிய தட்டங்களோடு, மேலாளரின் திகைப்பு மென்மேலும் வளர்ந்தது. அறைக்குள் ஒரேயொரு உணவுமேசை மட்டும்தான் இருந்தது, எனில் அந்தப் பெண்மணியின் விருந்தாளிகள் இந்தத் தட்டுகளை எல்லாம் எங்கே வைப்பார்கள்? எவ்வாறு அவர்கள் தங்களின் உணவினை உண்ணுவார்கள்? சிற்றாள்களில் ஒருவன் அதன்பிறகு அறையின் கதவு திறக்கப்படவேயில்லை என்று சொன்னான், ஆகவே தற்போது சிறிய கண்காணிப்புச் சாளரத்தின் வழியாகவே உணவு உள்ளே சென்றது.

மேலும் என்னவென்றால், அறையிலிருந்து கிளம்பிய பெருங்கூச்சல் விடுதி மொத்தத்தையும் தொல்லைக்குள் ஆழ்த்தியது: ஒட்டுமொத்த வேடிக்கையும் தற்போது வெறுமனே நம்பமுடியாதவொன்றாக மாறியிருந்தது.

அரைமணி நேரங்கழித்து, ஒரு சிற்றாள் திரும்பி வந்து அவர்களில் நிறைய பேர் குடித்திருப்பதை உறுதிசெய்தான்.

"ஆனால் ஒரு போத்தல் கூட மேலே போவதை நான் பார்க்கவில்லை!" மேலாளர் ஆச்சரியமாகச் சொன்னார்.

"அனேகமாக அவற்றை அவர்கள் ஜேப்பிகளில் ஒளித்து வைத்திருக்கலாம்," சிற்றாள் ஊகமாகச் சொன்னான். "அவர்கள் பாடுகிறார்கள், அலறுகிறார்கள், கைதட்டவும் செய்கிறார்கள் - குடியால் விளையும் போக்கிரித்தனமான சூழல் என்று உறுதியாகச் சொல்லலாம். மேலும் பாவமும் கூட, ஏனென்றால் ஆண்களுக்குச் சமமாக அவ்வறையில் பெண்களும இருக்கிறார்கள்."

"பிறகு அந்தத் தகவல்சொல்லி?"

"அவருடைய குரல் 'இந்தவுலகமே குடியிலும் புகையிலும்தான்' என்று பாடுவதைக் கேட்டேன்," என்றான் சிற்றாள்.

வெளியே இடி இடிக்க மேலாளர் தனக்குள் சொல்லிக் கொண்டார், "அனேகமாக நான் கனவு காண்கிறேன் - அல்லது ஒருவேளை எனக்குப் பைத்தியம் பிடித்திருக்கலாம்." அந்தத் தருணத்தில், சாதாரண மனிதர்களின் கூட்டம் அங்கு வந்தது - அவர்களின் முகங்களும் உடைகளும் அவர்களுடைய கீழ்த்தட்டுப் பொருளாதாரச் சூழலைப் பறைசாற்றின. தவிர்க்கவியலா அதே கேள்வியை அவர்களும் கேட்டார்கள், "திருமதி பாஹிகா அல்-தகாபி இங்கு தங்கியிருக்கிறாரா?"

விரக்தியாகப் புன்னகைத்தபடி மேலாளர் அந்தப் பெண்மணியைத் தொலைபேசியில் அழைத்தார். அவர்களைக் கூடத்தில் காத்திருக்கச் செய்யும்படியும் அவர்களுக்கு பானங்கள் வழங்குமாறும் அவரை அவள் கேட்டுக்கொண்டாள். அந்தக்குழுவுக்குக் கூடத்துக்குப் போகும் வழியைக் காட்டியபிறகு அவர்களுக்குத் தேநீர் வழங்கும்படி வேலையாட்களை அவர் பணித்தார். கூடம் நிரம்பி வழிந்ததால் வெட்டியான் சங்கடமாக உணர்ந்தான். நம்பிக்கையற்றவகையில் மேலாளர் மறுபடியும் புன்னகைத்தார், பிறகு முணுமுணுத்தார், "இந்த விடுதி இதற்குமேலும் ஒரு விடுதியாக இல்லை, மேலும் நானும் இதன் மேலாளர் இல்லை, இன்றைய நாளும் கூட ஒரு நாளில்லை, மாமிசம் மற்றும் மதுரசத்தின் வடிவில் பைத்தியக்காரத்தனம் நம்மைப் பார்த்துக் கைகொட்டிச் சிரிக்கிறது!"

அலையலையாக மழை விசையோடு பொழியத் தொடங்க, வானில் இடி இடிக்கவும் ஆரம்பித்தது. வெளியேயிருந்து

பாதங்கள் விரைந்தோடி உள்ளே வந்தபோது விடுதி நுழைவாயிலில் இருந்த தார்ச்சாலை மின்விளக்குகளின் ஒளியால் பிரகாசமாக ஒளிர்ந்தது. காத்திருந்தவர்கள் அனைவரும் "கடவுளைத் தவிர வேறெந்தக் கடவுளுமில்லை!" என்றலறினார்கள், கடந்துபோன பாதசாரிகள் சிலர் முன்கூடத்தில் தஞ்சம் புகுந்தனர். மழையின் ஓயாதத் தாக்குதல்கள் சாளரங்களின் கண்ணாடிகளில் தொடர்ச்சியாக மோதி அவற்றைக் கிடுகிடுக்கச்செய்தன.

மேலாளர் தனது இடத்திலிருந்து எழுந்து நுழைவாயிலுக்குச் சென்றார், கருத்திருந்த வானத்தை நோக்கித் தனது முகத்தை உயர்த்திப் பார்த்தார். பிறகு அவர் கீழே குனிந்து மதகு போல சரிவான பாதையின் கற்களிடையே வழிந்தோடிய நீரையும் பார்த்தார். முதலில் மழை விசையோடு கீழே விழுந்தது, பிறகு அது சீறுகொண்டு மேலெழுந்தது, துரதிர்ஷ்டம் பீடித்த பூமியின் மீது ஓர் அதிதீவிரப் பிரளயமென வெடித்துச்சிதறியது.

"குறைந்தபட்சம் கடந்த ஒரு தலைமுறையில் இதுபோல மழை பெய்திருக்காது," அவர் அறிவித்தார்.

தனது கடந்தகாலத்தை அகழ்ந்தெடுப்பவராக, தான் குழந்தைப்பருவத்தில் பார்த்த இதுபோன்ற வெள்ளத்தை அவர் நினைத்துக்கொண்டார். எவ்வாறு அனைத்துவகைப் போக்குவரத்தையும் அது தடுத்து நிறுத்தியதென்பதை, குறுக்குச்சந்துகளின் பாதைகளை எல்லாம் அடைத்ததோடு எப்படி அறைகளை மொத்தமாக - உடன் அதற்குள் இருந்தவர்களை - ஒழுகும் கூரைகளுக்குக் கீழே புதைத்ததென்பதையும், அவர் நினைவுகூர்ந்தார். பிறகு மீண்டும் தனது மேசைக்குத் திரும்பிச்சென்றார், விடுதியின் பதிவேடுகள் மற்றும் வரவுசெலவு குறித்த வேலையைச் செய்யும் முனைப்போடு, ஆனால் அத்துடன் கூரை மற்றும் அறைகளின் மீதானக் கண்காணிப்பை அதிகரிக்கும்படி அவர் ஆணையிடவும் செய்தார். தலைமைச் சிற்றாளை அழைத்து வரச்சொல்லி அவர் வினவினார், "அறை எண் பனிரெண்டு குறித்தத் தகவல் என்ன?"

"பாட்டும் சிரிப்பும் நிற்பதற்கான எந்த அறிகுறியும் தென்படவில்லை," என்றார் அம்மனிதர், தனது உதடுகளைச் சுளித்தபடி. "அங்கிருப்பவர்களுக்குப் பைத்தியம் பிடித்திருக்கிறது!"

குருட்டு சையத் என்கிற வெட்டியான் கூடத்தின் கதவினருகே தென்பட்டான்.

“உன்னுடைய இடத்துக்குத் திரும்பிப்போ!” மேலாளர் கிறீச்சிட்டார்.

இறைஞ்சுவதுபோல அம்மனிதன் தனது கைகளை உயர்த்தினான், மேலாளர் மீண்டும் ஒருமுறை அவன் மீது எரிந்து விழுந்தார், “இன்னொரு வார்த்தை பேசாதே!”

வெடுகுண்டுகளைப்போல இடி கைகளைத்தட்ட மிகப்பெரிய மழை பிரகாசமானத் தீவிரத்தோடு நடைபாதைகளில் பொழிந்தது. வலுவூட்டிய கற்காரையைக் கொண்டு அந்தப் பழங்கால விடுதி கட்டடப்படவில்லை என்பதை மேலாளர் நினைவுகூர்ந்தார் - கூடவே, மேலும் பல இன்னல்கள் வரவிருப்பதை அன்றைய இரவு கட்டியம் கூறியது.

மற்றொரு சிற்றாள் அவரிடம் சொன்னான், “கூரை ஒழுகுவது பற்றியும் தண்ணீர் உள்நுழைவது குறித்தும் அறை எண் பனிரெண்டில் இருந்து புகார்கள் வந்துள்ளன.”

“எனில் அவர்கள் சிரிப்பதையும் பாடுவதையும் நிறுத்திவிட்டார்கள் என்கிறாயா?” என மேலாளர் வினவினார், எரிச்சலோடு. “என்றால் அனைவரும் இப்போதே அறையை விட்டு வெளியேறிப் போகட்டும்!”

“ஆனால் அவர்களால் அது முடியாது!” சிற்றாள் அதனை மறுத்தான்,

மேலாளர் மீண்டும் அவன் சொன்னதைக் கண்டுகொள்ளாமல் தலைமைச் சிற்றாளை அழைத்தார், அவனுடைய பணியாளன் என்ன சொல்கிறானென்பதை விசாரித்தார். “அத்தனை அறைகளும் ஒழுகுகின்றன, எனவே கூரையில் உள்ள ஓட்டைகளை எல்லாம் மணற்மூட்டைகளைக் கொண்டு அடைக்கும்படி அத்தனை பணியாட்களையும் முடுக்கிவிட்டிருக்கிறேன்.”

“அத்துடன் அறை எண் பனிரெண்டின் நிலை?”

“அதற்குள்ளே அனைவரும் மிகவும் இறுக்கமாகச் சிக்கிக் கொண்டிருக்கிறார்கள். அவர்களின் வயிறுகள் யாவும் வீங்கிப் போயுள்ளன, அவர்களால் கதவைத் திறக்க இயலவில்லை. அவர்களால் அசையக்கூட முடியவில்லை.”

அண்டசராசரத்தின் கோபம் வெளியே இரவை மோசமாகத் தாக்கிக்கொண்டிருந்தது, அதே சமயம் உள்ளேயோ ஊடுருவும் மழைக்குத் தடைபோடுவதற்காகச் சிற்றாள்கள் மணற்பைகளோடு அங்குமிங்குமாக ஓடியதில் ஒரு வினோத உணர்வு விடுதியின் காற்றை நிறைத்திருந்தது.

பிறகு விசித்திரமான ஒரு விசயம் நிகழ்ந்தது: கூடத்தில் காத்திருந்த மக்களும் தானாகவே இறங்கி அம்முயற்சிக்கு உதவ விரைந்தார்கள். இவையனைத்தையும் மேலாளர் மிகுந்த மகிழ்ச்சியோடு பார்த்துக்கொண்டிருந்தார் - பிணங்களைக் கழுவும் குருட்டு சையத் அதில் பங்கேற்கவில்லை என்பது அவரின் மகிழ்ச்சியை அதிகப்படுத்தியது.

சிறிது நேரத்திற்குப் பிறகு பணிகளின் நிலைமை குறித்து தலைமைச் சிற்றாள் அறிக்கையளித்தான். "தங்களால் முடிந்த அனைத்தையும் இதற்குள்ளாக அவர்கள் இறக்கியிருக்கிறார்கள்," அவன் பெருமையாகச் சொன்னான். "ஆனால் அறை எண் பனிரெண்டில் உள்ள நமது நண்பர்களைப் பொருத்தமட்டில், அவர்களது நிலைமை மிகவும் மோசமாகவுள்ளது - அத்துடன் நேரம் செல்லச் செல்ல அது இன்னும் மோசமாகத்தான் மாறிக்கொண்டிருக்கிறது."

அம்மனிதனின் வார்த்தைகள் மின்னதிர்வைப் போல மேலாளரைத் தாக்கின - அந்த ஒட்டுமொத்த நாளின் அதீதமான, அடக்கி வைக்கப்பட்ட ஆத்திரத்தின் காரணமாக அவர் நிதானமிழந்தார். அவரது சதை, ரத்தம், நரம்பு எனச் சகலத்தையும் கோபம் ஒரேகணத்தில் ஆக்கிரமிக்க, இறுதியில் தன்னுடைய தெளிந்த மனநிலையின் கடைசித்துளியையும் அவர் இழந்திருந்தார்.

"கவனி," அவர் சொன்னார். "நான் இப்போது உனக்குச் சொல்லவிருப்பதை மிகவும் கவனமாகக் கேள்.."

முழுமுற்றான தீர்க்கத்தோடு மேலாளர் கத்தியபோது சிற்றாள் அச்சத்தோடு அவருடைய முகத்தையே பார்த்தவாறிருந்தான், "அறை எண் பனிரெண்டையும் அதற்குள்ளிருப்பவர்கள் அனைவரையும் கண்டுகொள்ளாமல் விடு!"

"ஐயா, ஆண்கள் அலறுகிறார்கள், பெண்கள் யாவரும் அழுது கொண்டிருக்கிறார்கள்!"

மிருகத்தைப் போல உறுமியபடி, மேலாளர் தடதடத்தார், "விருந்தினர் அறைகளுக்கு மேலுள்ள கூரைகளின் மீது கவனம் செலுத்து - ஆனால் அறை எண் பனிரெண்டைப் பொருத்தமட்டில், அதை அப்படியே விடு - அதற்குள் இருக்கும் அனைவரையும் கூட!"

வெறுமனே ஒரு நொடி மட்டும் அந்தச் சிற்றாள் தயங்கினான், இன்னுமதிகமாக மிருகத்தைப் போன்ற கோபத்தோடு மேலாளர் பொங்கினார், "ஒரு எழுத்துக்கூட மாறாமல் எனது ஆணைகளைப் பின்பற்று - வெறுமனே இழுத்துக்கொண்டு நிற்காதே!"

சாளரத்தைப் பார்க்க நகர்ந்தபோது அந்தச் சூறாவளி இருட்டின் இதயத்துக்குள் தாக்குவதை மேலாளர் கண்டார், கடந்துபோன ஒவ்வொரு தருணத்திலும் ஆபத்தின் தீவிரத்தை அதிகரித்தவாறு. என்றாலும் தனது மாபெரும் பாரம் குறைந்ததாக அவர் உணர்ந்தார், மனதுக்குள் தெளிவும் அதேநேரம் நம்பிக்கையும் அவரிடம் திரும்பி வந்தன.

ஃபாதிலா அல்-ஃபாரூக் (Fadila el-Farukh) (1967)

அல்ஜீரியாவைச் சேர்ந்த எழுத்தாளர் மற்றும் இதழியலாளர். கல்லூரிப்படிப்பின் வாயிலாக இலக்கியத்தை முறையாகப் பயின்றவர். அல்ஜீரிய வானொலியில் ஃபாதிலா தொகுத்து வழங்கிய 'The Havens of Creativity' எனும் நிகழ்ச்சி மக்களிடையே அவரை பிரபலமாக்கியது. தவிரவும் அல்ஜீரியாவின் முக்கியப் பத்திரிகையான 'al-Hayah'வில் வாராவாரம் அவர் பத்திகள் எழுதியிருக்கிறார். ஃபாதிலாவின் புனைவுகள் பெரும்பாலும் பெண்களின் அகவுலகையும் சமூகத்தில் அவர்களுக்கு இழைக்கப்படும் அநீதிகளையும் விரிவாகப் பேசுபவை. அவருடைய முதல் சிறுகதைத்தொகுப்பு 1997இல் வெளியானது, முதல் நாவல் 2003இல். கற்பழிப்பு மற்றும் அதுசார்ந்த அராபியச் சட்டங்களைக் கேள்விக்கு உட்படுத்திய ஃபாதிலாவின் நாவலான The Feminine Shame எழுதி இரண்டு வருடங்கள் வெளியிடப்படாமலே இருந்தது. இறுதியில் மற்றொரு எழுத்தாளரான எமாத் அல்-அப்துல்லாவின் துணையோடு நாவல் வெளியானது. ஃப்ரெஞ்ச், ஸ்பானிஷ் ஆகிய மொழிகளிலும் இந்நாவல் மொழிபெயர்க்கப்பட்டுள்ளது.

என் கனவுகளின் பெண்

அவனை நான் 'தத்துவவாதி' என்றழைக்கவே விரும்புவேன், அடிப்படையில் அவனொரு தத்துவவாதி என்கிற எளிய காரணத்திற்காக. வாழ்க்கை, அவனுடைய பார்வையில், ஒரு முட்டையைப் போன்றது, முட்டை உலகத்தைக் குறிக்கிறது, மேலும் இந்த உலகமென்பது ஒரு புள்ளி, அதில் அவனும்கூட ஒரு புள்ளி, அத்தோடு அவனுடைய வாழ்க்கையின் மிக முக்கியமான புள்ளி, நான். எப்படியாகிலும் இதைத்தான் அவன் என்னிடம் சொல்கிறான்.

சிலசமயங்களில் அவன் என்னை 'முட்டை' என்று அழைக்கிறான். வாழ்க்கையில், ஒரு முட்டை அவனுக்கு எவ்வளவு முக்கியம் என்று விளையாட்டுத்தனமாக நான் கேட்கும்போது, எவ்விதத் தயக்கமுமின்றி அவன் பதிலளிக்கிறான், "வாழ்க்கையே ஒரு முட்டைதான், முட்டையே." நாங்கள் ஐந்து வருடங்களாக ஒருவரையொருவர் அறிந்திருந்தோம். எங்கள் உறவு போகவேண்டிய திசையைத் தேர்ந்தெடுக்கும் நேரம் தற்போது வந்திருந்தது.

ஒரு மேல்நிலைப்பள்ளியில் அவன் தத்துவம் கற்பிக்கிறான், இந்த 'முட்டை'யின் கூழ்மத்துக்குள் அது தொலைந்து போயிருக்கிறது, நான் வேதியியல் கற்பிக்கிறேன், வெடிகுண்டை உருவாக்கும் செயல்முறை என்பதைத்தவிர எனது மாணவர்களுக்கு அதில் வேறொன்றும் கிடையாது.

எப்போதும் பிரச்சினைகளைக் கொண்டுவரும் எனது மாணவன், உமர் ஹசன், ஓயாமல் கேட்கிறான், “எப்போது நாமாகவே ஒரு வெடிகுண்டை உருவாக்கப் போகிறோம், டீச்சர்?” சொல்வதெனில், நாங்கள் ஒன்றாகச்சேர்ந்து வெடிகுண்டை உருவாக்கும் வாய்ப்பு எப்போது எங்களுக்குக் கிட்டுமென்பது எனக்கும் தெரியாது, தத்துவவாதிகூட இந்தக்கேள்விக்கு ஒரு தீர்மானமான பதிலைத் தரவியலாமல் தடுமாறுகிறான். அவன் என்னை வெறித்துப் பார்க்கிறான், எனது தோற்றக்கூறுகளுக்குள் எதையோ அவன் தொலைத்துவிட்டான் என்பதைப்போல, முழுமையாக ஒருமணிநேரத்துக்கு அவன் ஒருவார்த்தைகூடப் பேசவில்லை. மாறாக, தனது தாடியை அரக்கத் தேய்த்தவாறிருக்கிறான், வெகுகாலமாக அதை அவன் மழித்திருக்கவில்லை.

அவனொரு தத்துவவாதி, ஆகவே விசித்திரமான முறையில் நடந்து கொள்வதென்பது அவனளவில் சரியான ஒன்றுதான், இன்னும் நான் அவன் மனைவியாகவில்லை என்கிறவரைக்கும். இந்த எளிய உண்மையை அவனுடைய காதுகளுக்குள் கிசுகிசுக்க விரும்புகிறேன் ஏனெனில் இதுகுறித்து சிலகாலமாகவே நான் யோசித்துவருகிறேன். ஆனால் உமர் ஹசனின் கேள்வி எனது நாவின் நுனியில் வீற்றிருக்கும் வார்த்தைகளை அமைதியாக்குகிறது.

சமீபத்தில், மீண்டும் இந்தக்கேள்வியை அவன் முன்வைக்க நான் தீர்மானித்தேன்: “எப்போது நாம் ஒரு வெடிகுண்டை உருவாக்கலாம், அசிங்கமான என் தத்துவவாதியே?” இது ஒரேநாளில் அவனைப்பற்றி நான் இட்டுக்கட்டிய பொய் அல்ல, ஏனென்றால் இயல்பாகவே அவன் வசீகரமற்றவனாயிருந்தான். அளவுக்கு அதிகமாக சிந்தனையால் அவனுடைய கருவிழிகள் வெளியே துருத்திக்கொண்டிருந்தன, மேலும் அவனது நீண்ட பற்கள் சீனப்பெருஞ்சுவரை நினைவுறுத்தின. அவனுடைய கேசத்தைப் பொறுத்தமட்டில் அவன் பல்கலைக்கழக மாணவனாக இருந்த காலந்தொட்டே அவனது தோள்களின்மீது தளர்வாகத் தொங்கிக்கொண்டிருக்கும். உடல்சார்ந்த ஈர்ப்பை இதுவரைக்கும் என்னால் புரிந்துகொள்ள முடியவில்லை, ஏனென்றால் உண்மையாகவே அவன் அவ்வளவு அசிங்கமாயிருந்தான், என்றாலும் சிலசமயங்களில், அவனைப் பார்த்துக்கொண்டே இருப்பதில் ஒருபோதும் நான் சோர்வடைந்ததில்லை.

விசயங்களை அவற்றின் முக்கியத்துவத்தின் அடிப்படையில் விவாதிப்பதைத்தான் அவன் விரும்புவான். அவற்றை அவன் வகைப்படுத்துவான், எங்களுக்குத் தெரிந்த சங்கதிகளுக்கு வினோதமான பெயர்களைப் புதிதாகக் கண்டுபிடிப்பான், மேலும் வெளிப்படையானவை என நாங்கள் நம்பக்கூடியவற்றைப் பற்றி எண்ணற்றக் கேள்விகளை முன்வைப்பான். அவன் வித்தியாசமானவன்.

இன்னும் அவன் என்னை வெறித்துப் பார்த்தவாறிருக்கிறான், பிரச்சினைகளைக் கொண்டுவரும் உமர் ஹசனை ஆற்றுப்படுத்தும் ஒரு விடைக்காக நான் காத்திருக்கும் வேளையில். அவனது கண்களைத் தாண்டி அவனுடைய ஆழ்மன எண்ணங்களுக்குள் சுற்றித்திரிய இது எனக்கொரு வாய்ப்பு. எப்படியாவது இன்று, தனது மனதைச் சமாதானப்படுத்தி ஒரு தீர்மானத்துக்கு வந்து, எங்களுடைய நிச்சயதார்த்தத்துக்கு ஒரு நாளை அவன் முடிவு செய்வானா என்று நான் அதிசயிக்கிறேன், எங்களுடைய திருமணத்துக்கான ஒருநாள், கலையரங்கத்தில் நிகழும் எங்களின் அனைத்து ரகசியச்சந்திப்புகளுக்கும் முடிவுகட்டும் ஒருநாள். இன்று அவன் தன்னுடைய மனதைச் சமாதானப்படுத்துவானா?

“நம்முடைய திருமணத்தைப் பற்றிச் சிந்திக்கிறாயா, தத்துவவாதி?”

“முட்டை, என் அன்பே, திருமணத்தைப் பற்றிப் பேசும்போது, நீ, திருமணம் என்கிற கருத்தாக்கம் தங்களின் எண்ணங்களை ஆதிக்கஞ்செலுத்த அனுமதிக்கும் மற்ற பெண்களைப் போலவே, அவ்வளவு முட்டாளாகத் தெரிகிறாய்.”

“ஆனால் திருமணம்தான் இருவருக்கிடையே உள்ள உண்மையான உறவை –”

அவன் என்னை முடிக்க விடவில்லை: “நம்மிடையே ஓர் உண்மையான உறவை நிர்ணயிப்பதைப் பற்றியே எப்போதும் நினைப்பதால்தான் நம்மால் வெடிகுண்டை உருவாக்கமுடியவில்லை. நாம் நினைக்கிறோம்.. நினைக்கிறோம்..”

இந்தப் பைத்தியக்காரன் என்ன சொல்லுகிறான்? அவன் என்னைப் பதற்றத்தால் நிரப்புகிறான். கண்ணை ஒருமுறை சிமிட்டுவதற்குள் அவன் என்னுடைய அடையாளத்தை ஒரு விபச்சாரி என்பதாக மாற்றுகிறான் - நமது சமூகத்தின் பழக்கவழக்கங்கள் மற்றும் மரபுகளின் பாற்பட்டு.

"ஆனால் நான் உன்னைக் காதலிக்கிறேன். நான் உன்னைக் காதலிக்கிறேன்," அவன் அறிவிக்கிறான். "எனது வாழ்க்கையை உன்னோடு தொடரவேண்டுமென்று விரும்புகிறேன். உனக்குப் புரியவில்லையா? இந்தப் புள்ளியில் இதை நிறுத்துவது எனக்குக் கடினம்தான், உன்னோடு சேர்ந்து நான் ஆரம்பித்த உறவுக்கான சரியான முடிவை இது பிரதிபலிக்கவில்லை.."

"மரபுமீறிய ஒரு பெண்ணாக ஏன் உன்னால் இருக்க முடியவில்லை? மரியாதையைக் கொண்டுவரும் எனச் சொல்லப்படும் ஓர் ஆவணத்தை வாங்கியபிறகும் மாறாமல் இருக்கும் அசாதாரணமான பெண்ணாக ஏன் உன்னால் இருக்கமுடியவில்லை? ஒரு கனவுப்பெண்ணாக ஏன் உன்னால் இருக்கமுடியவில்லை, எனது ஆய்விலும் கல்வியிலும் பெரும்பங்கு வகிக்கக்கூடிய ஒருத்தியாக, அத்துடன் வரலாற்றிலும்? ஆமாம், நீ என் கனவுகளின் பெண்ணாக இருக்கவேண்டுமென்று ஆசைப்படுகிறேன், முட்டையே. என்றென்றைக்குமாக நீ உத்வேகத்துடன் இருக்க விரும்புகிறேன். உணவு, குழந்தைகள், சச்சரவுகள் மற்றும் இரவுணவு அழைப்புகளை எண்ணித்திரியும் மனைவியாக – மற்றவர்களுக்கான ஒரு பெண்ணாக – நீ இருப்பதை நான் விரும்பவில்லை. நீ அது போலிருப்பதை நான் விரும்பவில்லை."

அத்தனை ஆண்களும் பொய்சொல்கிறார்கள். பொதுவாகவே அவர்கள் பொய்சொல்கிறார்கள். தத்துவவாதியும் கூட, இந்தச் சொற்பொழிவுக்குப்பிறகு ஒரு வருடம் கழித்து, வேறொரு பெண்ணை மணந்து அவள் மூலம் குழந்தைகள் பெற்றுக்கொண்டான், கலையரங்கத்தில் அவனோடு எனக்கிருந்த உறவின் காரணமாக கெட்டுப்போனவள் என்கிற நிரந்தர அடையாளத்தை மட்டும் எனக்கு வழங்கிவிட்டு. சாசனமாக எனக்கு அவன் அளித்துச்சென்ற தாழ்வுணர்ச்சிகளைக் களையக்கூடிய ஒரு கணவனை என்னால் கண்டுபிடிக்கமுடியவில்லை, ஆகவே அவன் கனவுகளின் பெண்ணாக இருக்குமிடத்திற்கு நான் திரும்பிச் சென்றேன். விசித்திரமானவகையில், அவனுடைய திருமணத்திற்குப்பிறகு, அதற்குமேலும் என்னால் உமர் ஹசனின் கேள்வியைப் பொறுத்துக்கொள்ள முடியவில்லை, "எப்போது நாம் ஒரு வெடிகுண்டை உருவாக்கலாம்?" அவன் இவ்வாறு கேட்பதாக எனக்குத் தோன்றியது, "உங்கள் காதலனோடு எப்போது நீங்கள் உண்மையான உறவை நிர்ணயித்துக்கொள்வீர்கள்? எப்போது உங்களுக்குத் திருமணம் நடக்கும்?" அவனுடைய

கேள்வியை நான் வெறுக்கத் தொடங்கினேன், அவனுடைய முகத்தை, அவனுடைய இருப்பையும். ஆகவே ஒரு மரபார்ந்த வெடிகுண்டைத் தயாரிக்கும் வழிமுறையை நான் அவனுக்குத் தந்தேன், அதன்மூலம் அவனுடைய கேள்விக்கு ஒரு முற்றுப்புள்ளி வைத்தேன். பிற்பாடு, அவனை முழுக்கவே மறந்துபோனேன், வெறுமனே கனவுகளின் பெண்ணாக நான் மாறியபோது.

◆◆◆

கொஞ்சம் அறபியில், மிச்சம் தமிழில் – ஆக மொத்தம் உலக இலக்கியம்...

- கொள்ளு நதீம்

இந்தப் பனிரெண்டு கதைகள் உயிர்மை இதழில் நவம்பர் 2021-இல் ஆரம்பித்து 2022 நவம்பரில் முடிந்தன. ஒவ்வொரு சிறுகதையையும் படித்துவிட்டு, உடனுக்குடன் மாதந்தவறாமல் கார்த்திகைப் பாண்டியனிடம் போனில், வாட்ஸப்-இல், முகநூலில் என் கருத்துக்களை தொடர்ந்து பதிவிட்டு வந்தேன். அதற்கு முன் அவர் மொழிபெயர்த்த தொகுப்புக்கள் என்னிடமிருந்த போதிலும் அறபு என்பதால் இதில் சற்று கூடவே ஆர்வம் காட்டத் தொடங்கினேன்.

அதற்கு இரண்டு காரணங்கள், எனது இருப்பு சார்ந்து - பிறந்தது முதலே (இஸ்லாமிய) மதம் வழியாக எனக்கு அறபுக் கதைகள் அறிமுகமாகி வந்தன. பிறகு வேலைவாய்ப்புக் காரணமாக முழு வனவாச காலம் (1997 - 2011 வரை) என பதினான்கு ஆண்டுகள் (மத்தியக் கிழக்கு நாட்டின் எண்ணெய் வயலில் மனிதவள மேம்பாட்டு அலுவராக) பன்னாட்டு நிறுவனமொன்றில் பணிபுரிந்தேன்.

அங்கு மேலதிகமாக அறபு இலக்கியங்கள் - என் வாசிப்புப்பழக்கத்தில் பாரிய செல்வாக்கைச் செலுத்தின. கணக்கு வழக்கின்றி அறபுச் சிறுகதைகள், நாவல்களை வாசித்திருக்கிறேன். ஆல்பர் காம்யு தமிழில் மொழிபெயர்க்கப்படாத காலத்திலேயே அறபு மொழிபெயர்ப்பு

வந்துள்ளதை அங்குள்ள புத்தகக்கடைகளில் பார்த்துள்ளேன். அறபு மொழி நேரிடையாக தெரியாத போதும், ஆங்கிலம் வழியாக அறபு இலக்கியத்தை கடந்த கால் நூற்றாண்டுகளாக பின்தொடர்ந்து வருபவன் என்கிற முறையில்... எனக்கு இதைக் குறித்து எழுத, பேச அடிப்படைத் தகுதி இருப்பதாகவே உணர்கிறேன்.

வளைகுடா நாட்டில் பணிபுரியச் சென்றதும் (1997-ல்) அங்குள்ள சிறுகதைகள், கவிதைகள், நாவல்கள், இலக்கிய, மதம் சார்ந்த விமர்சன நூல்களை (ஆங்கிலத்திலும், ஓரளவு தெரிந்த உருதுவிலும்) படிக்கத் துவங்கினேன். அறபியும், பாரசீகமும் அறிந்து கொண்டால் அனுகூலம், இல்லையென்றாலும் குறையொன்றுமில்லை. மொராக்கோவின் ரபாத்திலிருந்து மலேசியாவின் கோலாலம்பூர் இடையில் ஏறக்குறைய 12,000 கி.மீ தூரம். இங்கு பரவி வாழ்ந்து கொண்டிருக்கும் முஸ்லிம்கள் ஏதோவொரு வகையில் அறபு மொழி செல்வாக்கின் கீழேதான் உள்ளனர். ஆயிரமாண்டுகாலம் அங்கு முகிழ்த்த பல்வேறு சிந்தனைப் போக்குகள், வெவ்வேறு பண்பாடுகள், உணவு, உடை பழக்கவழக்கம் குறித்து கூர்ந்து கவனித்து வந்துள்ளேன்.

அப்பொழுது எனக்கும் முன்பாக அனேகமாக 80-களின் ஆரம்பத்தில் சௌதி அரேபியா, அமீரகம், துபாய் போன்ற நாடுகளிலிருந்து நாகூர் ஆபிதீன், சீர்காழி தாஜ் தமிழ் வலைப்பூக்களில் எழுதி வந்தனர். சற்றுப் பிந்தி தமிழ்மணம், திண்ணை போன்றவற்றில் ('உடல் வடித்தான்' புகழ் அபுல் கலாம்) ஆசாத், எச். பீர்முஹம்மத் ஆகியோரும் ஈராயிமாவது ஆண்டு தொடக்கத்திலிருந்து அவ்வப்போது புனைவு, அபுனைவுகளை எழுதிக் கொண்டிருந்தனர். இன்னும் நிறைய பேர்களுடன் நேரடி அறிமுகம் இல்லையென்பதால் பெயர்களைக் குறிப்பிடவில்லை, மற்றபடி அறபு இலக்கியத்தை பயிலத் தொடங்கியிருந்த காலமது.

இவற்றில் அதாகப்பட்டது, அறபு இலக்கியத்தில் யார் யாரையெல்லாம் தமிழ்ச் சூழலில் அறிமுகப்படுத்தப்பட வேண்டியிருக்கும் என்றெல்லாம் யோசிப்பேன். ஆங்கிலம், பிரெஞ்சு, இலத்தீன் அமெரிக்க, ருஷ்ய இலக்கியம் இங்கு தெரிந்த அளவுக்கு ஏன் அறபு உலகம் பணமாக, பெட்ரோலிய வளமாக மட்டும் இங்கு தெரிகிறது? அறபு வாழ்க்கை எப்படி இருக்கிறது என்பதற்கான ஒரு சலனம், ஓர் அசைவு எதுவும் தமிழில் இல்லாத நிலை ஏங்க வைத்தது. இத்தனைக்கும்

மலையாளத்தில் பென்யாமின் எழுதிய “ஆடுஜீவிதம்” (2008-ல்) வந்துவிட்டிருந்தது.

நம்மிடம் இங்கு இராமாயணம், மகாபாரதம் இருப்பதைப் போல எல்லாத் தொல்நாகரிகங்களிலும் கதைகள் உள்ளன, ஆயிரத்தோரு இரவு அறபுக் கதைகள், முல்லா (நஸ்ருத்தீன்) கதைகளின் தோற்றமும் ஆயிரமாண்டு பழமை கொண்டது. கி.பி. ஆறு முதல் ஒன்பதாம் நூற்றாண்டுக்குள் தமிழ் பக்தி இலக்கியம் தோன்றி வளர்ந்ததாக கணிக்கப்படுகிறது. கிட்டத்தட்ட அதே காலக்கட்டத்தில் அறபு மொழி படிப்படியாக பாரசீகம், துருக்கி, ஆப்கான் பிறகு இந்திய மொழிகளின் மீதும் தமது செல்வாக்கை செலுத்தத் தொடங்கியது. நபிகள் நாயகத்தின் மருமகன் அலியை மூலப்பிதாவாகக் கொண்டு சூஃபிய மரபு கிளைத்ததை ஏற்றுக் கொண்டு பார்த்தால் - இந்த இரண்டின் தோற்றப்பாடும் ஒரே கட்டத்தில் நிகழ்ந்திருக்கலாம் எனத் தெரிகிறது. குறிப்பாக நம் தமிழிலுள்ள சங்க இலக்கியம் எழுதப்பட்டது / தொகுக்கப்பட்டது கி.மு. 5 முதல் கி.பி. 2 என எழுநூறு ஆண்டுகளைக் கூறுவர். அதேபோல் - சற்றுப் பிந்தி வந்த அறபு செவ்விலக்கியம் இஸ்லாமிய தோற்றத்துக்கும் முந்தையது, இன்னும் தெளிவாகச் சொல்லப் போனால் திருக்குர்ஆனுக்கும் முந்தைய வரலாற்றைக் கொண்டது.

அறபு என்று சொன்னவுடனேயே அதை முஸ்லிம்களுடனும், இஸ்லாமிய மதத்தோடும் இணைத்துப் பார்க்கும் போக்கு வலுவாக உள்ளது. *Foreign Notices of South India* நீலகண்ட சாஸ்திரியும், *Arab Geographers Knowledge of Southern India* ஹுசைன் முஹம்மத் நைனாரும் எழுதிய இரண்டு நூல்களை 1942-ல் சென்னைப் பல்கலைக்கழகம் வெளியிட்டுள்ளது. உள்ளபடியே சொன்னால் Megesthenes (கி.மு. 3/4 ஆம் நூற்றாண்டு) யுவான் சுவாங் (கி.பி. 6-ஆம் நூற்றாண்டு) என இன்றிலிருந்து 1400-2300 ஆண்டுகளுக்கு முன்பிருந்த இலக்கியப்பதிவுகளில் பல்வேறு வெளிநாட்டினர் இந்தியா வந்துள்ளனர். நமது தென்னிந்தியர்களும் ரோமாபுரிவரை சென்ற வணிகர்களைப் பற்றியும் ஓரளவு தமிழில் பரவலாக பேசப்பட்டு வந்திருக்கிறது.

கதை சொல்வதும், கேட்பதும் மனிதர்களின் ஆதிப் பழக்கம். மாவீரர்கள், அதிமனிதர்களின் கதைகளே முன்பு கதைகளாகச் சொல்லப்பட்டன, (பிறகுதான்) எழுத்து வடிவத்துக்கு வந்தன. அவை அடிப்படைக் கேள்விகள், அனுபவங்கள், கனவுகள்,

ஆசைகளை சேமித்து வைத்துள்ளன. இதுவே இன்றைய புனைவிலும் நாம் காணக்கூடிய அம்சம். "கிஸ்ஸா" என்பது கதைகள், "ரிவாயா" என்பது விவரணைகள், "ஹிகாயா" என்பது நீதிபோதனைகள் / ஞானமொழிகள். புராணங்களிலுள்ள கதைகளிலிருந்து சிறுகதைகள் வேறுபடுவதால்தான் அனைத்து மொழிகளிலும் அவை தனித்துத் தெரிவதைப் போல, அறபு மொழியிலும் "கஸீரா" என்கிற வகைப்பாட்டில் சிறுகதைகள் வருகின்றன.

வ.வே.சு.ஐயர் (1881-1925) 'குளத்தங்கரை அரச மரம்' எனும் தமிழின் முதல் சிறுகதையை எழுதினார். அதே காலகட்டத்தில் இங்கு இப்பொழுது தமிழ் இலக்கியத்தில் நன்கு அறிமுகமான கலீல் ஜிப்ரான் (1882 - 1931), மிகெய்ல் நைமி (1889 - 1988); மற்றொரு எகிப்தியரான முஸ்தபா லுத்ஃபி அல்மன்பலூட்டி (1876 - 1924) அவ்வளவாக ஆங்கிலத்தில் மொழிபெயர்க்கப்படாததால் இங்கு தமிழில் அவரை யாருக்கும் அதிகம் தெரியாது. முஹம்மத் ஹுஸைன் ஹைகல் (1888 - 1956) எழுதிய "ஜைனப்" என்கிற நெடுங்கதை 1914-இல் வெளியானது. கலீல் ஜிப்ரானின் 'முறிந்த சிறகுகள்' 1912-ஆம் ஆண்டு முதல் பதிப்பைக் கண்டது என்பதோடு சேர்த்து இதைப் புரிந்துகொள்ள வேண்டும். 90 நூல்களை எழுதியவர் கலீல் ஜிப்ரான் என்பது நிறைய பேருக்குத் தெரியாது. இங்கு அவரின், 'தீர்க்கதரிசி' மட்டுமே கிட்டத்தட்ட எல்லாத் தரப்பு தமிழ் இலக்கிய வாசகர்களாலும் படிக்கப்பட்ட நூலாகும். மிகெய்ல் நைமி 'மிர்தாதின் புத்தகம்' என்கிற ஒரே ஒரு நூலை மட்டுமே எழுதியவர். கலீல் ஜிப்ரான் மிகக் குறைவான ஆயுட்காலம் (வெறும் 48 வயது) மட்டுமே வாழ்ந்த நிலையில் மிகெய்ல் நைமி தன் நண்பரைவிட இரண்டு மடங்கு அதிகமான வாழ்நாளைக் கொண்டிருந்தவர். அறபுச் சிறுகதையின் முன்னோடி ஆளுமை இவர்களே .

எல்லா மொழிகளிலும் சிறுகதை என்பது புதிய வடிவம், ஆனால் அதன் வேர்கள் நீதிக்கதைகளின் காலம் வரை பின்னோக்கிப் போகக் கூடியது. "கஸஸ்" என்று (அறபுச்) சிறுகதைகளுக்கென்றே தனி மாத இதழ்கள் தொடங்கி நூறாண்டுகளாகப் போகின்றன. அறபுச் சிறுகதைகளில் உலகளாவிய நோக்கைக் கொண்டு வந்த *Maupassant* (1850 -1893) என்று நினைவுக் கூரப்படும் கஸ்ஸான் கனஃபானி (1936 - 1972) முக்கியமானவர். அறபு கவிஞர்களென்று இங்கு தமிழில் அறிமுகமான பலரைப் போலவே மஹ்மூத் தர்வேஷ் (1941 - 2008) எழுதிய நனவோடைக் குறிப்புகள் சிறுகதை

போன்ற புனைவு மொழியில் எழுதப்பட்டவை. அறபு மொழியில் இஸ்லாம், மதநோக்கு என்பதற்கு முன்பே கலை, இலக்கிய படைப்பாற்றல் பெரும் உச்சத்தைத் தொட்டிருந்தது. நவீன அறபு இலக்கியம் என்பது எல்லா வகையிலும் அதன் ஆரம்பகால வேர்களில் - அதாவது சில ஆயிரம் ஆண்டுகள் பழமையில் வேர்கொண்டுள்ளது.

இந்தத் தொகுப்பின் முதல் கதையாக நாற்பத்தியோரு ஸ்தூபிகள். அறபு வாழ்க்கையில் பள்ளிவாசல் என்பவை வெறும் வழிபாட்டுத்தலங்கள் மட்டுமல்ல. கூட்டு வாழ்க்கையின் (சந்திப்பு) மையங்கள். தாராளமயமாக்கல், எண்ணெய் வளம மக்களைப் பெருநகரில் குடியேறச் செய்துள்ளது. அங்கு எழுந்து வரும் பிரமாண்டமான மசூதிகள் ஒருவகையில் பண்பாட்டு வெளியாகவும் திகழ்கின்றன. கிரிக்கெட் மீது நமக்கிருக்கும் மோகத்தைப் போல அறபு (இளைஞர்களின்) வாழ்க்கையில் தவிர்க்க முடியாத அம்சம், கால்பந்தாட்டம். கதையில் அங்குமிங்குமாக அது பதிவாகியுள்ளது. படித்த கதாபாத்திரங்களின் உரையாடல் அறிவார்ந்து வைக்கப்பட்டுள்ளது, அதேநேரம் பாமரர்கள் தமக்குள் பேசிக் கொள்ளும்போதும் பரிமாறிக் கொள்ளும் மொழி பேச்சுவழக்காக தனித்துத் தெரிகிறது. மொழியாக்கம் கவனமாகச் செய்ததைக் காட்டுகிறது.

ஓரளவுக்கேனும் நாம் ஜனநாயக முறைக்கு பழகிக் கொண்டிருந்தாலும் - அறபு நாடுகளில் சரிபாதி இன்னும் மன்னராட்சி அல்லது காலக்கெடுவோ / இத்தனை முறை / இத்தனை ஆண்டுகள் என வரைமுறை எதுவுமின்றி அதிபர்களைக் கொண்ட அரசியல் அமைப்பில் நீடித்து வருகின்றன. முஹம்மத் அல்ஷாரிக் எழுதிய "விசாரணை" என்கிற சிறுகதை மன்னராட்சி நடக்கிற வளம் கொழிக்கும் வளைகுடா நாட்டின் நிலவரத்தை வரிக்கு வரி உயிர்ப்புடன் பேசுகிறது. பொருளியல் அசமத்துவத்தை சற்று நுட்பமாகப் பார்த்த பேராசிரியர், எங்கும் போல மாணவப்பருவத்தில் கிளர்ச்சி மனப்பான்மையுள்ள இளைஞர், மேற்கத்திய வாழ்க்கை என்கிற கான்வாஸில் அருமையாக நெய்யப்பட்டுள்ளது.

இங்கு திரைப்படங்கள் அரசாங்கத்தின் தணிக்கைக்கு உட்பட்டே பிறகே பொதுவெளியில் வைக்கப்படும் நடைமுறை இருக்கிறதல்லவா, அதே நேரம் நம் எழுத்தாளர்கள், கவிஞர்கள் எழுதுவதை (இலக்கிய) பத்திரிகையாசிரியர்கள்

பொதுவாக தணிக்கை எதையும் செய்வதில்லை. பெரும்பாலும் நேரடியாக அச்சேற்றிவிடுவார்கள். ஆனால் அறபு நாடுகளில் எழுத்தாளர்கள், கவிஞர்கள் எழுதி அனுப்புவதை (இதழாசிரியர்) அங்குள்ள பண்பாட்டு அமைச்சகத்தின் பார்வைக்கு அனுப்பி ஒப்புதல் பெற்ற பிறகே சிறுகதைகளும், நாவல்களும் பிரசுரமாகும், நூல்களாகவும் தொகுக்கப்படும். சுதந்திரம், நீதி, மனித உரிமை , ஜனநாயகம், சமத்துவம் குறித்த எந்தவொரு மாற்றுக் கருத்துகள் முன்வைக்காத அறபுகளின் வாழ்வியலை நேரடியாகவும், மறைமுகமாகவும் அழுத்தம் அளிக்கும் புறச்சூழல் சுயதணிக்கையை மீறி உணர்த்தப்படுகிறது. பணம் ஒரு நாட்டை நவீனமாக்கி விடுமா, நவீனத்தை கடந்த பிறகுதானே பின்நவீனம் (எங்கும்) வர இயலும்? அந்த வகையில் பார்த்தால் இவ்வளவு (எண்ணெய்) செல்வச்செழிப்பு கொட்டிக் கிடக்கும் அறபு நாடுகள், அதன் சமூகம் நவீனமானதா என கேட்டுக் கொள்ளலாம். அதனால் மறைபொருளாக பிரதிக்குள் இயங்கும் பூடகமான இலக்கியப்போக்கை நுண்வாசிப்பால் மட்டுமே வாசகர்களால் கடக்க இயலும்.

அறபு நவீன இலக்கியத்தின் சிறுகதைத் திருமூலர் தாஹா ஹுசைன் (1889 - 1973) ஆவார். அவருக்கு அடுத்த தலைமுறையைச் சேர்ந்தவர் Naguib Mahfouz (1911 - 2006). நகீப்-ன் முக்கியமான ஆக்கங்கள் தமிழுக்கு வந்துவிட்டன. அதுவும் நோபல் பரிசு பெற்ற "நம் சேரிப் பிள்ளைகள்" நாவலை பஷீர் ஜமாலி செய்திருந்தார். அதற்கு சற்று முன்பு 1001 அறேபிய இரவுகளின் மறு ஆக்கம் எனப்பட்ட "அரேபிய இரவுகளும் பகல்களும்" சா.தேவதாஸ் அவர்களால் மொழிபெயர்க்கப்பட்டிருந்தது. ஆனால் என்ன காரணமோ, தமிழ் வாசகப் பரப்பில் அவர் உரிய கவன ஈர்ப்பைப் பெறவில்லை என்பதே என் புரிதல். இந்தத் தொகுப்பில் அவருடைய "The Seventh Heaven" என்கிற தொகுப்பிலுள்ள "அறை எண் 12" எனும் சிறுகதை இடம்பெற்றுள்ளது. ஓர் இளம்பெண் அங்குள்ள பெரிய ஊரின் தங்கும் விடுதி அறை எண் 12-ல் தங்க வருகிறாள். அவள் பதிவு செய்து தங்கியிருப்பதென்னமோ ஒற்றை அறை. அவளைக் காண கடுகடுத்த, குட்டையான, குண்டு மனிதன் ஒப்பந்தக்காரர் யூசுப் காபில், பிணங்களைக் கழுவும் அகலமான மனிதன் சையத் எனவும் பெயர் சுட்டி காட்டப்படுகிறவர், மகப்பேறு மருத்துவர், அங்காடி முதலாளி, தரகன், அலங்காரப் பொருள் விற்பவன், வாசனைத் திரவிய வணிகன், முகவர், மளிகைக்கடைக்காரர், வருவாய்த் துறை அதிகாரி, மீன் வியாபாரி, செய்தித்தாள் பதிப்பாளர், பேராசிரியர், மதத்

தலைவர் என பலரும் அவளைச் சந்திக்க விரும்புகின்றனர். ஒருவர் பின் ஒருவராக வரும் இவர்களனைவரும் தனித்தனியாக அறைக்குள் செல்கின்றனர்.

விடுதி ஆரம்பித்த கடந்த ஐம்பதாண்டுகளாக அங்கு பணிபுரிந்துவரும் விடுதி மேலாளர் அந்த பெண்மணியை போனில் அனுமதி கேட்டு உள்ளே அனுப்பி வைத்துக் கொண்டிருக்கிறார். பிணங்களைக் கழுவும் ஆள் வராண்டாவில் காத்திருக்கிறார். வெளியே பயங்கர மழை கொட்டிக் கொண்டிருக்கிறது. அனேகமாக ஒரே நாளுக்குள் நடந்துவிடக் கூடிய கதை என்றே தோன்றினாலும் இந்த கதையில் ஏதோ அமானுடத் தன்மை இருப்பதை உணர முடிகிறது. யதார்த்த, மாய யதார்த்தத்துக்குமான இடைவெளி என்பது அவ்வளவு குறுகியதும், விரிந்ததுமான ஒன்று. அறபு, எகிப்தியப் பண்பாடு என்பது சுமேரிய பண்பாட்டின் நீட்சி. சற்றேறக்குறைய சிந்து சமவெளி நாகரிகத்துக்கு அடுத்து வந்த ஒன்று. இங்கு நாம் “நீலி / அரக்கி” எனப்படும் பெண் மையக் கதாபாத்திரமே அந்த பண்பாட்டிலும் மர்மமானவளாக வெளிப்படுகிறாள். “ஜின்” எனப்படும் இயற்கைக்கு அப்பாற்பட்ட மாய இருப்பு அது. விவரணையில் அந்த விடுதி அறையிலுள்ள உணர்வை, பதற்றத்தை, மர்மத்தை ஆசிரியர் நாகிப் மஹ்ஃபூஸ் சிறுகதைக்குள் நிரவியுள்ளார். கி.ரா. வின் கதைகளில் வரும் மங்கத்தாயாரம்மாள் நினைவுக்கு வருகிறார்.

அறபுகளின் வாழ்க்கையில் கூடுகைக்கு பெரிய முக்கியத்துவம் உள்ளது. இசை, ஓவியம், நாடகம், ஆடல், பாடல் என அத்தனை கலை வடிவங்களின் ஏதோ ஒரு கூறு இதிலுள்ள சிறுகதைகளில் வெளியாகியுள்ளன. அறபுகள் என்பதே தொல்குடி, இனக்குழுச் சமூகம் - இன்று நாம் காணக்கூடிய பணக்காரத்தன்மைக்கு அடிநாதமாக நாட்டார் மரபு ஒன்றின் மீதே இது நிற்கிறது. மங்கள நிகழ்வுகளில் குலவை ஓசை எழுப்பும் பெண்களைப் பற்றி அறிய மகிழ்ச்சி உண்டாகிறது. அறபு நிலப்பரப்பை, அங்குள்ள மக்களின் மனவியல்பை ஓரளவு நம்மால் புரிந்து கொள்ள இந்தச் சிறுகதைகள் உதவுகின்றன. இது ஒட்டுமொத்தமான அறபு இலக்கியமா என்றால் இல்லை, இந்தக் கதைகளில் அறபு இலக்கியத்தின் பிரதிபலிப்பை பார்க்கிறேன் - இதன் மூலம் மேலதிகம் வளைகுடா எழுத்துக்களின் மீதான ஆர்வம் அதிகரிக்கும் என்று எதிர்ப்பார்க்கிறேன்.

இந்தச் சிறுகதைகளின் வழியாக அறபுகளின் சமூகம், வாழ்க்கை முறை, உணவுப் பழக்கவழக்கம், மத நம்பிக்கைகள், மரபு மீதான பிடிப்பு, நவீனத்தை எதிர்கொள்ளும் போக்கு ஆகியவற்றை அறியக் கூடும். கெய்ரோ, பாக்தாத், மெக்கா போன்ற நகரங்களைப் பற்றிய (நேரடி, மறைமுக) குறிப்புகள் அறபுகளின் நனவிலியில் உள்ளவை. அதனால் அவை இங்கு வெளிப்பட்டிருப்பது இயல்பானதே.

மதம், மெய்யியல் ஆகியவை அறபு வாழ்வோடு எப்படி இயைந்து போயிருக்கிறது என்பதையும் இந்த சிறுகதைகளினூடாகக் காணமுடிகிறது. இந்த தொகுப்பில் ஒன்று போல் அல்லாத அழகான கதாபாத்திரங்கள் உள்ளன. பழங்குடி மனநிலை எப்பொழுதும் உணர்வுகளால் ஆனது. ஆனால் அங்கு பிற்பாடு வந்த பிரதான (இஸ்லாமிய) மதம் நகரவாசிகள், வியாபாரச் சமூகத்திலிருந்து எழுந்த ஒன்று. இந்த இரண்டு எதிர்நிலைகள் ஒன்றையொன்று உட்செறித்த முரணியக்கமாகும்.

பாலஸ்தீன-இஸ்ரேல் முரண், ஈரான் ஈராக் போர், குவைத் மீதான ஆக்ரமிப்பு, அதன் பிறகு அமெரிக்க ஆப்கன், ஈராக் மீதான படையெடுப்பு, பின்லாடனின் பயங்கரவாதம் என அங்கிருந்த அரசியல் சூழ்நிலையால் சமூக வாழ்க்கையில் பாரிய விளைவுகள் உண்டாயின. இந்த நிலையில் 1938-இல் எண்ணெய் கண்டுபிடிக்கப்பட்டதும் அதனால் கிடைத்த பெருஞ்செல்வமும் சாதகமாகவும், பாதகமாகவும் அறபு சமூகத்தில் பாதிப்பை ஏற்படுத்தின. சௌதி அரேபியா பரப்பளவில், மக்கள் தொகை அடிப்படையில், செல்வ செழிப்பில், இஸ்லாமிய மதம் தோன்றிய நாடு என்கிற வகையில் மிகவும் முக்கியத்துவம் கொண்ட நாடு. இலக்கியத்திலும் அதற்கு தனித்த இடமொன்றுள்ளது, ஆனால் அங்கிருந்து ஒரேயொரு சிறுகதைகூட கார்த்திகைப் பாண்டியனுக்கு (ஆங்கிலத்தில்) கிடைக்கவில்லை என்பது வியப்பானது.

பொதுவாக அறபு வாழ்க்கை என்பதே பயணங்கள் செல்லும் வழக்கங்களை பல ஆயிரமாண்டுகளாக ஒழுகி வருபவை, திடீரென்று எண்ணெய் கண்டுபிடிக்கப்பட்ட பின் அது செய்த குறுக்கீடு என்பது நகரங்களுக்குள் அவர்களை அடைத்து வைத்தது என்றே கருதுகிறேன். அறபுச் சிறுகதைகளின் போக்கை அறிந்துக்கொள்ள 1980-க்கு முன் / பின் என ஒரு பிரிகோட்டை வகுத்து வாசிக்க வேண்டும். அரசியல், பண்பாடு, வரலாறு, பொருளாதாரம், அறம் என அத்தனை

கூறுகளையும் ஊடறுத்துச் செல்லும் அந்நியமாதலை இந்தச் சிறுகதைத்தொகுப்பில் தெளிவாக உணர முடிகிறது.

கதாசிரியர்களில் சிலர் மதம், மரபு மீதான சாய்மானத்திலிருந்து சற்று விலகி நிற்பதை இந்தச் சிறுகதைகளில் காண நேருகிறது. ஆனால் சமூக (கூட்டு) வாழ்க்கை ஒத்த இயல்புடையது, தனித்த போக்காக இல்லை, அறபு சமூகத்தின் ஒருங்கிணைந்த உறுப்பாக இருப்பதால் அவர்களால் அது இயல்வதுமில்லை என்றே நினைக்கிறேன். தந்தையும், குடும்பத்தின் பெரியவர்களின் முன்பாக வாய்த் திறக்காத பெண்கள் எவரையும் இந்தச் சிறுகதைகளில் பார்க்க முடியாத போது, எப்படி இதை கட்டுப்பெட்டி சமூகம் என்று கூற இயலும்? இங்கு, இந்த தொகுப்பில் காணும் நவீன மனிதன் அதன் எதிர்நிலையில் தனியொருவனாகவே தன்னை நிறுவ முயலும் காட்சி ஒருவகையில் அறபு சமூக அமைப்பின் உடைவை காட்டுகின்றன.

1930-79 வரை வெறும் ஐம்பது நாவல்களே அறபியில் எழுதப்பட்டன என்றும், அதன் பிறகு 1980 க்குப் பிறகான இந்த நாற்பது ஆண்டுகளில் பத்து மடங்கு அதிகாரித்து 500 (அறபு) நாவல்கள் வந்திருப்பதாக ஒரு கணக்கு உள்ளது. இங்குள்ள கல்லூரிகளில், பல்கலைக் கழகங்களில் சில பேராசிரியர்கள் அறபு இலக்கியத்தை படிப்பதும், அவர்களில் குறிப்பிட்டுச் சொல்லும்படியாக பேராசிரியர் அ.ஜாகிர் ஹுசைன், கே.எம்.ஏ. ஜுபைர், JNU-வில் பணிபுரிந்து (ஓய்வுபெற்ற) பஷீர் ஜமாலி, தாய்லாந்து பல்கலைக் கழக (இலங்கையர்) இர்ஃபான் போன்றவர்கள் அறபு - தமிழ் மொழியாக்கங்களில் குறிப்பிட்டு சொல்லப்பட வேண்டியவர்கள். ஆனால் (இரண்டாவது மொழியான) ஆங்கிலத்தில் படித்தவிட்டு தமிழில் கார்த்திகைப் பாண்டியன் மொழிபெயர்த்தார் என்பது எவ்வளவு மகத்தானது. வெறுமனே போகிற போக்கில் நேரம் போகாமல் மொழிபெயர்க்கவில்லை, சிறுகதைகள் என்பது பக்க அளவைக் கொண்டு எண்ணப்படுபவை அல்ல. இவற்றில் சில ஒன்று மற்றொன்றுடன் ஒப்பிடும்போது ஒன்றுபோல் இல்லை. பேராசிரியர், கல்வியாளர், சினிமா / காட்சியூடகவியலாளர், இதழியலாளர், களச் செயல்பாட்டாளர் என சமூக அசைவியக்கத்தின் வெவ்வேறு பின்னணி கொண்டவர்கள் எழுதிய சிறுகதைகள் இவை.

பழமையும், புதுமையும் கொண்ட அறபு இலக்கியம் இன்றைய நவீன மொழியிலும் எழுதப்பட்டு வருகிறது. கார்த்திகைப்

பாண்டியன் மொழிபெயர்த்த சிறுகதைகளின் தேர்வு எந்த அடிப்படையில் இருக்கிறது என்று ஆர்வமாகப் பின்தொடர்ந்து வந்தேன். எனக்குப் பிடித்த வேறு சில அறபுகள் எழுதிய சிறுகதைகளை கார்த்திக் மொழிபெயர்த்து விடுவார் எனக் கடைசி சில மாதங்களாக நினைத்துவந்தேன், துரதிஷ்டவசமாக அது நடக்கவில்லை, அதேபோல் தவ்ஃபீக் அல்ஹக்கீம் (1898 - 1987) ஏன் விடுபட்டார் என்பதும் எனக்குப் புரியவில்லை. நோபல் பரிசு பெற்ற ஈரானியரான *Shirin Ebadi* (பிறப்பு 1947...)-யின் ஒரு நாவலை (ஆங்கிலத்தில்) படித்திருக்கிறேன், சிறுகதைகளும் எழுதி இருக்கின்றார் என்றே நினைக்கிறேன். ஈரானிய சிறுகதைகள் ஒன்றுகூட இல்லை, *Youssef al-Sharouni* போன்றவர்கள் என பெரிய பட்டியல் உள்ளது, அவர்கள் எழுதியவற்றை பிற்காலங்களில் யாரேனும் மொழிபெயர்க்கக் கூடும்.

அறபுகள் என்றாலே முஸ்லிம்கள் என்கிற மனப்பான்மை நிலமையில், அறபு கிறிஸ்தவர் (அதுவுமொரு பெண்) எழுதிய சிறுகதையும் இதில் உள்ளது. அறபு இலக்கியத்தில் குறிப்பிடத்தக்க முக்கியமான எழுத்தாளர்களை இந்த தொகுப்பில் பார்க்க முடிகிறது. இந்த பனிரெண்டு கதாசிரியர்களின் தெரிவில் கார்த்திகைப் பாண்டியனின் உழைப்பு இருக்கிறது. அறபு கதாசிரியர்களின் எத்தனையோ சிறுகதைகளில் ஒன்றை தேர்ந்தெடுத்ததில் பெரிய ஆய்வு உள்ளது. இந்தச் சிறுகதைகள் நேரிடையானவை, எளியவை, புதியவை. பாலைநிலத்தின் சூட்டால் தகிப்பவை. மொழிபெயர்ப்பு என்கிற அளவில் இதில் பிரதியின்பத்தை வாசகர்களால் உணர முடிகிறது,

இந்தச் சிறுகதைகள் நிகழும் பாலைவனப் பெருவெளியில் கழித்த என் பதினான்கு ஆண்டுகளின் நினைவுகளை *flash back*-இல் பார்ப்பதைப் போல் உள்ளது. இச்சிறுகதைகளின் வழியாக அவற்றை மீட்டெடுக்க கார்த்திகைப் பாண்டியன் தனிப்பட்ட முறையில் எனக்கு உதவியுள்ளதால் என் நெஞ்சார்ந்த நன்றிகளை அவருக்கு உரித்தாக்குகிறேன்.

04-11-2022

ஆம்பூர்

இந்த மொழிபெயர்ப்புத் தொகுப்பின் வாசகர்களுக்கு முன்பு பதாகை இணையஇதழுக்கு கார்த்திகைப் பாண்டியன் அளித்த நேர்காணல் ஒன்றிலிருந்து சிறுபகுதியை இங்கு அளிக்க விரும்புகிறேன். அதில் வாசகர்களுக்கு எழும் பல்வேறு வினாக்களுக்கான பதில்கள் உள்ளன.

எழுத்தாளர் கார்த்திகைப் பாண்டியனுடன் ஒரு நேர்முகம் - நரோபா

கேள்வி: ஒரு மொழிபெயர்ப்பாளராக நீங்கள் தமிழுக்கு கொண்டு வரும் கதைகளை எதன் அடிப்படையில் தேர்வு செய்கிறீர்கள்? ஏனெனில் ஒரு புதிய எழுத்தாளனை தமிழுக்கு அறிமுகப்படுத்தும் போது அவனுடைய பலவீனமான கதையை வாசிக்க நேர்ந்தால் அவனைத் தேடிச் சென்று வாசிப்பது தடைபடும் ஆபத்து இருக்கிறதே.

பதில்: மொழிபெயர்ப்பில் எனக்கு நான் வைத்துக் கொண்டிருக்கும் அளவுகோல்கள் இரண்டு மட்டுமே. 1) தமிழில் அதிகம் அறியப்படாத அல்லது வெறும் பெயராக மட்டுமே அறிமுகம் ஆகியிருக்கக்கூடிய படைப்பாளிகளையே நான் தேர்வு செய்கிறேன். 2) கதையின் சொல்முறையிலோ வடிவத்திலோ அல்லது உள்ளடக்கத்திலோ ஏதோவொரு விதத்தில் புதிதாக இருக்கும் கதைகளை மொழிபெயர்க்கிறேன்.

ஒரே ஒரு கதையை வாசித்து விட்டு யாரையேனும் மொழிபெயர்த்தால் நீங்கள் சொல்லக்கூடிய சிக்கல் நேரலாம். ஆனால் நிறைய எழுதியிருக்கும் ஒரு எழுத்தாளரை தமிழில் அறிமுகம் செய்யும்போது இயன்றமட்டும் அவருடைய மொத்தத் தொகுப்பையும் வாசித்து அதில் நெருக்கமாக உணரும் கதையைத்தான் தெரிவு செய்கிறேன்.

தவிரவும், இன்றைக்கு இருக்கக்கூடிய இணைய வசதிகளின் மூலம் ஒவ்வொரு கதையைப் பற்றிய அறிமுகமும் விமர்சனங்களும் எளிதில் கிடைப்பதால் மொழிபெயர்ப்பாளரின் பணி சற்று இலகுவாகிறது. நல்ல கதைகள் என்று குறிப்பிட்டுள்ள கதைகளை எல்லாம் தேர்ந்தெடுத்து வாசித்து அவற்றில் நமக்கான கதையைத் தேர்வு செய்வதும் எளிதாகிறது.

கேள்வி: இன்றைய தமிழ் சூழலில் மொழியாக்கத்தின் தேவை என்ன? நேரடியாக ஆங்கிலத்தில் வாசிக்கும் பழக்கம் பெருகியுள்ளது. இன்னும் சில ஆண்டுகளில் பன்மடங்கு பெருகி தமிழ் வாசிப்பே அருகிவிடவும் கூடும். தன்னளவில் நீங்கள் ஓர் புனைவெழுத்தாளன் எனும்போது அதற்கு நீங்கள் அளிக்கும் முக்கியத்துவமும் உழைப்பும் நியாயம் எனப்படுகிறதா?

பதில்: நிச்சயம் மொழிபெயர்ப்புகளுக்கான தேவைகளும் இருக்கவே செய்கின்றன. தற்காலப் புனைவுளின் போக்கை ஒப்பு நோக்கவும் நமக்கான பாதையைக் கண்டடையவும் மொழிபெயர்ப்புகள் கண்டிப்பாக உதவும் என்றே நம்புகிறேன்.

எங்கோ ஒருவர் வாசித்து அவருக்கு மட்டுமே பயன்பட்டால் கூட மொழிபெயர்ப்பின் நோக்கம் நிறைவேறியதாகத்தானே அர்த்தம்? ஆக மொழிபெயர்ப்புக்கு நான் செலவிடும் நேரம் எனக்கு மன அமைதியையும் மகிழ்ச்சியையும்தான் தருகிறது. ஒரு புனைவெழுத்தாளனாக, வருடத்துக்கு அதிகம் போனால் இரண்டு கதைகள் மட்டும் எழுதக்கூடிய ஒருவனுக்கு, மொழியுடனான தொடர்பு அறுந்து போகாமலிருக்க இந்த மொழிபெயர்ப்புகள் உதவவே செய்கின்றன.

கேள்வி: உங்கள் புனைவுகளின் மீது மொழியாக்கத்தின் தாக்கம் என்னவாக இருக்கிறது?

பதில்: முடிந்த மட்டும் இதுபோன்ற சமயங்களில் இருவேறு மனிதர்களாகவே இருக்க முயற்சிக்கிறேன். என்னுடைய கதைகளை எழுதும்போது எனது வேர்கள் இந்த மண்ணில் ஆழப் புதைந்திருக்கின்றன, சூழல் என்னைச் சுற்றியதாக மட்டுமே இருக்கிறது. ஆனால் ஒரு மொழிபெயர்ப்பாளனாக நான் கூடுவிட்டுக்கூடு தாவ வேண்டியிருக்கிறது. அறிந்திராத நிலத்தையும் அதன் கலாச்சாரத்தையும் பேசும்போது இன்னும் கவனமாயிருக்க வேண்டியவனாகிறேன். சொல்லப்போனால், இந்தக் கேள்வியைச் சற்று மாற்றி கேட்டிருந்தால் சரியாயிருக்கும். ஒரு புனைவெழுத்தாளனாக மொழிபெயர்ப்புகளில் என்னுடைய குரல் தலைதூக்கி விடாமல் இருக்கவே நான் அதிகம் சிரமப்படுகிறேன். ஆடியின் பிம்பம் பிசகி விடாமல் தருவது

மிக முக்கியமான கடமையாகிப் போகிறது. மற்றபடி, கதைகளை எழுதும்போது, சொல்முறையிலும் வடிவத்திலும் சில பரீட்சார்த்த முயற்சிகளைச் செய்து பார்க்க வாசிப்பும் மொழிபெயர்ப்பும் உதவத்தான் செய்கின்றன. Abstract தன்மையிலான கதைகளை எழுதும் என் பெருவிருப்பத்தை பிரெஞ்சு எழுத்தாளரான அலென் ராப் கிரியேவிடமிருந்தே பெற்றேன் எனச் சொல்லலாம்.

கேள்வி: உலக இலக்கியங்களை வாசிப்பவர் எனும் வகையில், சமகால தமிழ் இலக்கிய சூழலின் நிலை எத்தகையதாக உள்ளது, அதன் செல்திசை என்னவாக இருக்க வேண்டும், அதன் சிக்கல்கள் என்ன?

பதில்: நாம் சரியான பாதையில் சென்று கொண்டிருக்கிறோம், என்றாலும் போக வேண்டிய தூரம் இன்னும் அதிகம்தான்.